திரையில்
ராக தேவதைகள்

வி. சந்திரசேகரன்
(மாயவரத்தான்)

டிஸ்கவரி பப்ளிகேஷன்ஸ்
எண்: 9, பிளாட் எண்: 1080A, ரோஹிணி பிளாட்ஸ்
முனுசாமி சாலை, கே.கே.நகர் மேற்கு,
சென்னை - 600 078. பேச: 99404 46650

வெளியீட்டு எண்: 0404

திரையில் ராக தேவதைகள் (இசை)
ஆசிரியர்: வி. சந்திரசேகரன்
(மாயவரத்தான்)©
Thirail Raga Devathaigal **(Music)**
Author: **V.Chandrasekaran**©
Print in India

1st Edition : December - 2024
ISBN: 978-81-19541-18-8
Pages - 114
Price : 150

Publisher • Sales Rights

Discovery Publications
No. 9, Plot,1080A, Rohini Flats,
Munusamy Salai,
K.K.Nagar West, Chennai - 78.
Tamilnadu, India.
Mobile: +91 99404 46650

Discovery Book Palace (P) Ltd
No. 1055-B, Munusamy Salai,
K.K.Nagar West,
Chennai-600 078.
Mobile: +91 87545 07070

discoverybookpalace@gmail.com / www.discoverybookpalace.com

இந்த நூலில் பிரசுரமாகியுள்ள எந்த ஒரு பகுதியையும் எழுத்துபூர்வமான முன்அனுமதி பெறாமல் எடுத்தாள்வதோ, மறுபிரசுரம் செய்வதோ, மொழியாக்கம் செய்வதோ, ஊடகங்களில் மறுபதிப்புச் செய்வதோ, காப்புரிமைச் சட்டப்படி தடை செய்யப்பட்டுள்ளது. இந்த நூலிலிருந்து சில பகுதிகளை மேற்கோள்காட்டி நூல்அறிமுகம் செய்யலாம்.

உங்கள் மொபைல் போனிலிருந்து ஸ்கேன் செய்து 'டிஸ்கவரி புக் பேலஸ்' மொபைல் ஆப்பை டவுன்லோடு செய்து, புத்தகங்களை வாங்குங்கள்.

என் அன்புடன் கோபங்களையும் பொறுத்துக்கொண்டு என்னை எப்போதும் உற்சாகப் படுத்தும் என் மனைவி அபயா, நான் துவளும் போதெல்லாம் உன்னால் முடியும் என ஊக்கப் படுத்தும் என் மகள் ஜனனி, என் கவலைகளுக்கு மருந்திடும் மருமகன் ராஜ்கமல், என் வாழ்வின் சமீபத்திய சந்தோஷம் குட்டி பேரன் யாஷ்...

சமர்ப்பணம்

வி. சந்திரசேகரன்

என்னுரை

இளம் வயதிலேயே சங்கீதம் என்னுள்ளே இறங்கிவிட்டதாலோ என்னவோ, எந்தப் பாட்டை கேட்டாலும் அது மும்மூர்த்திகளின் கீர்த்தனைகள் மட்டுமல்ல.. ராஜா, ரஹ்மான் பாட்டானாலும், நாகூர்ஹனிபாவின் கட்சிப் பாட்டானலும், ரஷீத்கானின் தும்ரியாக இருந்தாலும் 'இது எந்த ராகத்தில் அல்லது ராகத்தின் சாயலில்உள்ளது' என யோசிக்க ஆரம்பித்து விடுவேன். மனதுக்கு பிடிபடாவிட்டால் திரும்பத் திரும்ப கேட்பேன். பிரபல சங்கீத வித்வான்கள், விதூஷிகளிடம் அலைபேசியில் கேட்பதும் உண்டு. பாதிராத்திரியில் கூட கேட்டிருக்கிறேன். அவர்கள் சிரித்துக் கொண்டே சொல்வார்கள். அலுத்துக் கொள்ள மாட்டார்கள். காரணம், என்னை புரிந்து கொண்டவர்கள்.

இந்த ராக ஆராய்ச்சியை விளையாட்டாக நண்பர்களிடம் செய்து கொண்டிருந்த போது, "இதை ஏன் தொடராக எழுதக்கூடாது அல்லது புத்தகமாக போடக்கூடாது" என்று பலர் அவ்வப்போது என்னிடம் வற்புறுத்தினார்கள். 'அரட்டைக்கு மெனக்கிட வேண்டாம்... தொடர் என்றால் வாரா வாரம் முதுகு ஒடிய எழுதணுமே' என்று காலத்தைக் கடத்தினேன். 2017ம் ஆண்டு டிசம்பரில் 'விகடகவி' ஆன் லைன் மேகஸின் தொடங்கிய நேரம் ! அப்போது அதன் ஆசிரியர் மதன் மற்றும் இணை ஆசிரியர் திரு. ராவ் ஆகியோருடன் ஒரு மாலையில் பேசிக்கொண்டிருந்தபோது வெவ்வேறு ராகங்கள் பற்றி ஏதேச்சையாக சொல்ல, ஒரு நிமிடம் கூட தயங்காமல் இதை வாரா, வாரம் எழுதுங்கள். பிரமாதமா வரும். என்று எனது சோம்பேறிதனத்திற்கு முற்றுப் புள்ளி வைத்தனர். அவர்கள் ஊக்கம், 'தெரியாத்தனமாக வாயை கொடுத்து மாட்டிக்

கொண்டோமே. 'என என்னை யோசிக்க வைத்தாலும், எழுத தொடங்கியவுடன் வாரம் ஒரு ராகத்தை அலசியபோது என்னை மிகவும் சுவாரஸ்யப்படுத்தியதோடு பெரிய உற்சாகத்தையும் தந்தது. அப்படி ஆறு மாதங்கள் விடாமல் எழுதியதுதான் இந்த ராக வைபவம். நீங்கள் அடிக்கடி கேட்கும் பாடல்தான். ஆனால் அதனுள் ஒளிந்திருக்கும் அழகான ராகங்களை தெரிந்துகொள்ளும்போது, 'அட' என்று உங்களைப் பரவசப்படுத்தும், மேலும் அறிந்து கொள்ளத் தூண்டும். மொத்தம் 15 ராகங்களைப்பற்றி 23 வாரங்கள் எழுதினேன். சில ராகங்கள் அடுத்த வாரமும் தொடர்ந்தது.

இந்தத் தொடர் தொடங்கி சில வாரங்களிலேயே, இதை அப்படியே விட்டு விடாமல், புத்தகமாகவும் கொண்டு வாருங்கள் என்றார் ஆனந்த விகடன், மற்றும் குமுதம் பத்திரிகைகளின் முன்னாள் ஆசிரியர் திரு.ராவ் அவர்கள். நன்றி சொன்னால் அவருக்குப் பிடிக்காது. விகடகவியில் பணியாற்றிய நண்பர்கள் குறிப்பாக புகழ்பெற்ற புகைப்படக் கலைஞர் மேப்ஸ், தினகரன் ஆகியோருக்கு என் நன்றி. வாரா வாரம் படித்துவிட்டு பாராட்டிய அத்துணை கலை உள்ளங்களுக்கும் நன்றி. இப்புத்தகத்தில், வெளிவந்த 15 ராகங்களுடன் மேலும் ஒரிரண்டு ராகங்களை சேர்த்துள்ளேன். இப்புத்தகத்தை கொண்டுவர பெரிதும் உதவிய இளங்கவிஞர் நலங்கிள்ளி அவர்களுக்கு நன்றி. அவரது உழைப்பு அசாதாரணமானது.

இறுதியாக இந்த முயற்சியை தயக்கமின்றி ஏற்று உற்சாகப்படுத்திய 'டிஸ்கவரி புக் பேலஸ்' உரிமையாளர் திரு.வேடியப்பன் எனது நன்றிக்குரியவர்.

வி. சந்திரசேகரன்

12/12/2024

அவருக்கு சங்கீத தாகம்!

வணக்கம்!

இசை விமரிசகர், மூத்த பத்திரிகையாளர், கலா ரசிகர், அற்புதமான எழுத்தாளர் திரு.வி.சந்திரசேகரன் அவர்கள் திரைப்பட பாடல்கள் எந்தெந்த ராகங்களில் அமைந்துள்ளன என்பதை ஒரு ஆய்வு கட்டுரையாக 'விகடகவி' என்கிற டிஜிட்டல் பத்திரிக்கை ஒன்றுக்கு பல வாரங்கள் எழுதியதை அறிவேன். அது இப்பொழுது ஒரு புத்தகமாக வெளியாகி உங்கள் கையில் இருக்கிறது. அந்த புத்தகத்திற்காக நான் தரும் முன்னுரை இது!.

எனக்கு சுமார் 35 வருடங்களாக 'வி.சி.சார்' என்று அழைக்கபடும் சந்திரசேகரனுடன் பழக்கம் உண்டு. இன்றும் பசுமையாக நினைவுள்ளது. நான் பள்ளிகூடம் படிக்கிற காலத்தில் அதாவது நான் பாட ஆரம்பித்த புதிதில் எனது கச்சேரியை சென்னை மேற்கு மாம்பலம் அயோத்தியா மண்டபத்தில் கேட்டுவிட்டு தினமணியில் பேட்டி கண்டு விமர்சனம் எழுதினார். அது எனக்கு அப்போது பெரிய விஷயமாக, சொல்லபோனால் 'பிரேக்காக' அமைந்தது. இது நடந்தது, 1980களின் இறுதியில் இருக்கும். அப்போது தொடங்கிய நட்பு இப்போது வரை அழகாக தொடர்கிறது. பல விஷயங்களை பல நாட்கள் அவரிடம் பேசியிருக்கிறேன், முக்கியமாக இசை!

அவருக்கு சங்கீதத்தில் அதீதமான ஈடுபாடு, தாகம் உண்டு. ஆங்கிலத்தில் passion என்பார்களே! அப்படி.. சங்கீதம் அவருக்கு ரொம்ப ரொம்ப பிடிக்கும்! அது ஒரு பக்கம் என்றால் ஒரு பத்திரிகையாளராக, அவர் எல்லா தகவல்களும் அறிந்த கெட்டிக்காரர். அது அரசியலாகட்டும், சமூகம் சார்ந்த விஷயமாகட்டும், எதுவாக இருந்தாலும்! அவர் ஒரு அருமையான நிருபர், எழுத்தாளர், அறிவாற்றல் மிக்கவர். பல விஷயங்கள் பற்றி என்னிடம் பேசுவார்.

பத்து பதினைந்து வருடங்கள் முன்பு ‘மாயவரத்தான்’ என்ற பெயரில் அவர் குமுதத்திற்காக எழுதின விமரிசனத்தை படிப்பதற்கே ஒரு ரசிகர் கூட்டம் உண்டு. இசை கலைஞர்கள் மத்தியில் அவருக்கு தனி மரியாதை உண்டு. கோவிட் சமயத்தில் அவர் ‘விகடகவி’ என்ற டிஜிட்டல் பத்திரிக்கைக்காக எழுதின ‘ராகதேவதைகள்’ என்ற தொடர் ஆய்வு கட்டுரையை நானும் விரும்பிப் படித்தேன். பீம்ப்ளாஸ், தர்பாரி கானடா, சுத்த தன்யாசி போன்ற பல ராகங்களில் அமைந்த திரைப்பட பாடல்களை அலசி, எப்படி அந்த பாடல்களில் சம்பந்தப்பட்ட ராகங்களின் சாயல் வந்திருக்கு என்பதை மிக அழகாக எழுதியிருப்பார்.

இதில் விசேஷம் என்னவென்றால், சங்கீதம் தெரியாத, சாமனியர்கள் கூட இதை படிக்கிற அளவிற்கு அதில் சுவாரஸ்ய துணுக்குகள், ஜனரஞ்சக விஷயங்களை சேர்த்திருப்பார். அந்த கட்டுரைகள் தான் இப்போது புத்தகமாக வந்துள்ளது எனக்கு சந்தோஷமாக உள்ளது. சில பேர் என்ன நினைக்கிறார்கள் என்றால், இந்த ராகங்களின் பெயர், தாளம்.. இதெல்லாம் நமக்கு அப்பாற்பட்டது என்று. அப்படி கிடையாது. நமக்கு பரிட்சயமாகி விட்டால் இன்னும் தெரிந்து ரசிக்கலாம். அது கூடுதல் சந்தோஷம் என்பதை தான் அவர் பதிவு செய்கிறார். இது எனக்கு பெரிய மகிழ்ச்சி தருகிறது.

சந்திரசேகரன் எதை எழுதினாலும் அதில் ஒரு காரசாரம், சுவை கூடுதலாக இருப்பது அவரது ஸ்டைல், பாணி! இன்று ‘வாவ் தமிழா’ யூட்யூபில் அவர் எடுக்கிற பேட்டியாக இருந்தாலும், சின்ன நியூஸாக இருந்தாலும் அதில் ஒரு காரசாரம், விறுவிறுப்பு இருக்கும். யாருக்கும் சலிப்பு தட்டாது. அது அவரது ஸ்பெஷாலிட்டி.

இந்தப் புத்தகத்தை படிக்கிறவர்களும் அந்த மாதிரி கடைசி பக்கம் வரை தொய்வு இல்லாமல் படிப்பார்கள் என்பது நிச்சயம். எனக்கு இந்த ஒரு வாய்ப்பை தந்தமைக்கு சகோதரர் சந்திரசேகரனுக்கு நன்றி. இந்த புத்தகத்தின் பப்ளிஷர் ‘டிஸ்கவரி பதிப்பகத்திற்கு’ இசை உலகத்தினர் சார்பில் மிகவும் நன்றி. இதுபோல இசையை மையமாக வைத்து புத்தகத்தை வெளியிட பக்க பலமாக இருந்தது பாராட்டுக்குரிய விஷயம்.

நித்யஸ்ரீ மகாதேவன்
பாடகி

பரவச அனுபவம்

பொருத்தமான திரைப்பட பாடல்களை எடுத்துக்கொண்டு அவற்றில் ராக ஆராய்ச்சி செய்து வெளிவந்துள்ள அழகான தொகுப்பு இது. திரையுலக ஜாம்பவான்களின் படைப்புகளிலுள்ள சங்கீத நுணுகங்களை ஆய்வு செய்து அதிலுள்ள சரியான விவரங்களை கொண்டு வந்துள்ளார் திரு.வி.சந்திரசேகரன்.

இந்தப் புத்தகத்தில் தேர்ந்தெடுக்கப்பட்ட ஒவ்வொரு பாடலுமே ஒரு முத்து போன்றது. திரு சந்திரசேகரனின் பார்வையில் அல்லது சிந்தனையில் அந்த பாடல்களுக்குள் சென்று அனுபவிப்பது என்பது வாசகர்களுக்கு ஒரு பரவசமான அனுபவமாக இருக்கும் என்பதில் சந்தேகமில்லை. இந்த மிகப்பெரிய முயற்சிக்கு அவரை மனப்பூர்வமாக பாராட்டுகிறேன். வாழ்த்துகிறேன். ஒவ்வொரு இசை கலைஞனுக்கும் இது ஒரு சங்கீத சந்தோஷமாக, ஆனந்தத்தை அள்ளித்தருவதாக இருக்கும்.

இமான்

(இசையமைப்பாளார்)

அருமையான கையேடு

சந்திரசேகரன் மாயவரத்தானிடம் கொஞ்ச காலம் முன்புதான் எனக்கு பரீட்ஷயம் ஏற்பட்டது. நீங்கள் தினசரி காணும் பத்திரிக்கையாளர் அல்ல அவர். எதைச் சொன்னாலும் அதில் அவருக்கு திடமான நம்பிக்கை இருக்கும். இசையைப் பொருத்தவரை கர்நாடக சங்கீதத்திலும் வெவ்வேறு ராகங்களிலும் அவருக்குள்ள ஞானம் எனக்குத் தெரிந்த அளவில் வேறு எந்த ஒரு பத்திரிக்கையாளருக்கும் இல்லை எனச் சொல்வேன்.

இப்பொழுது 'திரையில் ராக தேவதைகள்' என்ற ஒரு புத்தகத்தை வெளிக்கொண்டு வந்துள்ளார். திரையில் கர்நாடக சங்கீத ராகங்கள் எப்படி கையாளப்பட்டுள்ளன என்பதை விளக்கும் அழகான புத்தகம் இது. ஏற்கனவே 'விகடகவி' என்ற ஆன் லைன் மேகசினில் கட்டுரைகளாக வெளிவந்தது. இப்பொழுது புத்தகமாக தொகுக்கப்பட்டுள்ளது. படிக்கப் படிக்க சுவாரசியமாக இருக்கும். இது திரைப்பாடல்களில் உள்ள ராகங்களை அறியும் ஆர்வம் உள்ளவர்களுக்கு அருமையான கையேடுபோல இருக்கும்.

திரு.சந்திரசேகரன் இசைமீது கொண்ட அதீத ஈடுபாட்டின் வெளிப்பாடு உயிர்த் துடிப்புடன் உங்கள் கையில்! எதையும் பூசி மெழுகாமல் நேர்மையுடன் நேரடியாக சொல்வது அவரது குணாதிசயம். அதை அவரது எழுத்திலும் தெளிவாக காண முடியும். அதாவது ஆங்கிலத்தில் 'டிப்ளமேடிக்' என்பார்களே அதை எழுத்திலும், பேச்சிலும் அறியாதவர் என்பது அவரது சிறப்பியல்பு. இவரைப்போன்ற இசை ஆர்வலர்கள், பத்திரிகையாளர்கள் இன்னும் பலர் இருந்தால் நமது திரையிசையின் தரம் மேலும், மேலும் உயரும் என்பது என் எண்ணம், விருப்பம்!

திரு சந்திரசேகரன் அவர்களுக்கு நன்றி. இசையில் மேலும் இதுபோன்ற உன்னதமான முயற்சிகளைத் தொடருங்கள். புத்தகத்தின் வெளியீட்டுக்கு என் வாழ்த்துக்கள்!

ஸ்ரீநிவாஸ்

பின்னணிப் பாடகர்

மாயவரத்தான் - கர்நாடக இசை உலகின் "மாயை அறுத்தான்"

தமிழுலகம் போற்றும் எழுத்தாளரும் இசை விமரிசகருமான திரு. மாயவரத்தான் அவர்கள், பண்டிதர்கள் மட்டுமே போற்றும் கர்நாடக சங்கீதத்தைப் பாமரர்களும் ரஞ்சகமாக உணர அற்புதமான முயற்சியை செய்துள்ளார். இசையுலகில் நிஜத்தைக் கூறும் ஏமாற்ற முடியாத விமர்சகர்களின் கருத்துக்கள், குற்றமுள்ள நெஞ்சங்களை குறுகுறுக்க வைக்கும், பாராட்டு பெறுபவர்களை ஊக்கப்படுத்தும், படிக்கும் வாசகர்களை கிறுகிறுக்கச் செய்யும். அதனால்தான் ஆங்கில விமரிசனங்களைவிட, தமிழ் விமர்சனங்கள் நம்பகமாக விரும்பி படிக்கப்படுவதை பார்க்கலாம். அந்த வரிசையில், அனுபவப்பூர்வமாக உண்மை சங்கீதத்தை உணர்ந்த மாயவரத்தான் அவர்கள், ஒரு ரசிகனாக தேடித் தேடிச் சென்று ரசித்த குரலிசைவாணர்கள், நாதஸ்வர மேளக் கச்சேரிகள் என்று புடம்போட்ட முழுமையான தகுதி வாய்ந்தவராக, திரு சுப்புடு, திரு ஹரிகேசனல்லூர் ஆகியோர் வரிசையில் பளிச்சிடுகிறார்.

ரசிகர்கள் நடுநிலையோடு எல்லா சங்கீதத்தையும் கேட்டு இன்புறவும், ராகங்களையும் பரிச்சயப்பட்டு நுணுக்கமாக உணர்ந்து ரசிக்கவும், சட்டென ராகங்களை புரிந்து அறிந்து கொள்வதற்கும், திரை இசைப்பாடல்களை துணைக்கு வைத்து மிக எளிமையாக இசை இன்பத்தைப் பருக எளிய வழி செய்துள்ளார்.

கல்யாணி, காம்போதி, சங்கராபரணம், காபி, அடாணா, என்று "பண்டிதர்களுக்கும் சாஸ்திரிகளுக்கும் மட்டுமே உரித்தானது சாஸ்திரிய சங்கீதம், நமக்கு எங்கே புரியப்போகிறது." என்று

வி. சந்திரசேகரன்

அங்கலாய்த்துக் கொள்வோருக்கு, அந்த "மாயை அறுத்தானாக" மாயவரத்தான் முயற்சியில், அறியாமை இருளை நீக்கி ஒளியேற்ற வந்த ஒளி விளக்கு இது. அணையா தீபமாக இசையுலகில் நின்று ஒளி பரப்பிட, சாதாரண பாமரன் சார்பில் வாழ்த்தி வணங்குகிறேன்.

'அன்பே சிவம்
அன்பன், பத்மஸ்ரீ, கலைமாமணி,
டாக்டர் சீர்காழி கோ.சிவசிதம்பரம் எம்.டி

'எல்லாம் இன்ப மயம்'

டூரிங் டாக்கீஸ் என் கிராமத்தில் சினிமாக்களை அரங்கேற்றுவதற்கு முன்பு, பத்து வயது வரை திரை இசைப் பாடல்களை கேட்டறியேன். ஆனால் எங்கள் இல்லத்தில் இசை ஞானம் மிக்கவர்கள் இருந்தார்கள். என் மூத்த சகோதரிகள் இருவர், ஒரு மேதையிடம் வயலின் கற்றவர்கள். அடுத்த இரு சகோதரிகள் நன்றாகப் பாடத் தெரிந்தவர்கள். என் வீட்டில் ஒவ்வொரு வியாழன் அன்றும் இரவில் 'பஜனை' செய்வது வழக்கமாக இருந்தது. கர்நாடக இசையில் எனக்கு ஈடுபாடு ஏற்பட்டது அதிசயமல்ல. ஆனால் 'டடட சங்கீதம்' என்று கேலி செய்யப்பட்ட திரை இசையில் ஒவ்வொரு ராக தேவதைகளின் அற்புதமான ஆட்சி இருப்பது போகப் போகத்தான் புரிந்தது.

ஒரு நாள் டூரிங் டாக்சிலிருந்து வந்த இரு பாடல்கள் என்னை பிரமிப்போடு ரசிக்க வைத்தது. சினிமா ஆரம்பிப்பதற்கு முன்பு டூரிங் டாக்கிசில் இருந்து பாடல்கள் ஒலிபரப்பாகும். 'எல்லாம் இன்ப மயம்… இயற்கையில் இயங்கும் எழில் வளம் எல்லாம் இன்பமயம்' என்ற பாட்டின் மின்னல் வேக இசை என்னை திகைக்க வைத்து மயக்கியது. 'வாராய்… போகும் இடம் வெகு தூரம் இல்லை' என்கிற பாடல், அது முடியும் வரை நின்று கேட்க வைத்தது. இந்த இரு பாடல்களும் திரை இசையின் பக்கம் என்னை முழுமையாக திருப்பி விட்டது. 'கண்டா வரச் செல்லுங்க' என்ற பாடல் இந்த நிமிடம் வரைகூட என்னை முணுமுணுக்க வைக்கிறது.

உடுமலை நாராயண கவி முதல் இன்றைய வைரமுத்து, பா.விஜய் வரை திரைக் கலைஞர்கள் இப்போது என் நெஞ்சில். ஆகவே, மாயவரத்தான் என்கிற வி.சந்திரசேகரன் 'விகடகவி'யில்

'ராகதேவதைகள்' எழுதியபோது ரசித்து, வியந்து படித்தேன். எழுத்து தேவதையின் பரிபூரண ஆசி இவருக்கு இருக்கிறது. திரைப் பாடல்களை இவர் எடுத்துச் செல்லும் பாங்கும், அதில் கர்நாடக ராகங்களின் ஆட்சியை உணர்த்தும் அழகும் மெய்மறந்து கட்டுரைகளைப் படிக்கச் செய்தது. திரை இசைக்கு மெட்டு அமைப்பதற்கு எத்தனை ஞானம் இருக்க வேண்டும் என்பது புரிகிறது. கட்டுரையில் ஏராளமான புதுமைத் தகவல்கள். ராகங்களின் நுட்பமான விவரிப்புகள். படிக்கப் படிக்க கட்டுரைகளை எல்லாம் உள்ளத்தை இன்பமயமாக கிளுகிளுக்கச் செய்கிறது.

அன்புடன் ராவ்
(ஆனந்த விகடன் / குமுதம்
முன்னாள் ஆசிரியர்)

காலத்தின் கட்டாயம்!

இளம் வயதிலேயே ரொம்ப உயர்வான சங்கீதம் கேட்டு வளர்ந்தவர் சந்திரசேகரன். அவர் பல வருஷ பழக்கம். மாயவரத்தில் காவேரி தண்ணீர் குடிச்சு வளர்ந்தவராச்சே. அந்த ஞானம் எங்க போய்விடும்! அதுவும் அவருக்கு நாதஸ்வரம், தவில் என்றால் அலாதி ப்ரியம் உண்டு. திருவாடுதுறை ராஜரத்தினம் பிள்ளை, திருவெண்காடு சுப்பிரமணியம் பிள்ளை, காருகுறிச்சி, வேதாரண்யம் வேத மூர்த்தி உள்பட பல மகா வித்வான்களைப்பற்றி என்னிடம் அடிக்கடி நேரிலோ, போனிலோ கேட்டு தெரிந்து கொண்டிருக்கிறார். கடந்த 35 வருடமாக மங்கலவாத்ய கலைஞர்களை நிறைய பேட்டி கண்டுள்ளார். அதெல்லாம் ரொம்பப் பெரிய சேவை!

என் இசை அனுபவங்களை நான் சொல்லச் சொல்ல 'ஒரு நாதஸ்வரத்தின் பயணம்' என்ற புத்தகத்தை அவர் எழுதியது எனக்கு பெரிய மன நிறைவைத் தந்த விஷயம். இப்பவும் இதை பொக்கிஷமாக பாதுகாத்து வருகிறேன். என்மீது மட்டுமல்ல. என் குடும்பத்தின் மீதும் பெரிய அன்பு வைத்திருப்பவர். அதிக பாசம் உண்டு.

இப்போ 'ராகங்கள்' பற்றியும், சினிமாவில் அவை எப்படி கையாளப்பட்டுள்ளன என்பது பற்றியும் ஒரு புத்தகத்தை அவர் கொண்டு வருவது சிறப்பு. சினிமாவில் நம்ம சாஸ்திரிய இசை வேற சில இரைச்சல் இசையில் மூழ்கி கிடக்கும்போது இம்மாதிரிப் புத்தகங்கள் அவசியமாகிறது. காலத்தின் கட்டாயம் கூட. இந்த முயற்சியை மனமார வரவேற்கிறேன். அவருக்கு என் ஆசிர்வாதங்கள்.

செம்பனார் கோயில், எஸ்.ஆர்.ஜி.ராஜாண்ணா
(மூத்த நாதஸ்வர வித்வான்)

சங்கீத அலங்காரம் சந்தோஷம்தான்!

மிக குறுகிய கால நட்பில் நெருக்கமான இசை பந்தத்தை உருவாக்கி நாள், பொழுதுகளை சங்கீத திறனாய்விற்கு செலவிடும் வி.சந்திரசேகரன் (மாயவரத்தான்) சாருக்கு முதலில் என் வாழ்த்துக்கள்.

இசையமைப்பாளர்கள் தங்களின் தனித்திறமைகளை வெளிக் கொணர்வதற்கு ராகங்கள் பக்கபலமாக இருந்து பாடல்கள் பிறப் பதற்கு வழிவகை செய்திருக்கிறது. நவீன இசைகளால் மரபான பாடல்கள் மறைக்கப்பட்டாலும் அதன் ஆணிவேரான ராகங்களை யாராலும் அழிக்க முடியாது. திரை இசைப் பாடல்களில் வணிக நோக்கத்திற்க்காக சில மசாலாக்கள் சேர்க்கப்பட்டாலும் அதன் உள்ளே ஏதோ ஒரு சங்கீத அலங்காரம் தென்படுமானால் எனக்குள் ஒரு சந்தோசம் வரத்தான் செய்கிறது. இப்படியாக பல பரவசங்கள், ஆச்சரியங்கள் இப்புத்தகம் முழுக்க நிரம்பி வழிகிறது.

இந்தப் பாடல் இந்த ராகமா? என்பதை இவ்வளவு துல்லியமாக, எளிமையாக விளக்கி சங்கீத நடைபோடும் இவரின் பேச்சுத் தமிழோடு ராகங்கள் பயணிப்பதை நான் அறிந்து கொள்ள எனக்கொரு நல்ல வாய்ப்பை இந்த புத்தகம் வழங்கி இருக்கிறது. என்னை போலவே நீங்களும் இன்புற வேண்டுமெனில் இப்புத்தகத்தை அவசியம் படித்து பார்த்து பயன் பெறுங்கள்.

பேரன்புடன்
நலங்கிள்ளி
கவிஞர்

உள்ளடக்கம்

1. தர்பாரி கானடா — 19
2. ஆபேரி — 26
3. சாருகேசி — 31
4. சுத்த தன்யாசி — 35
5. ஆனந்த பைரவி — 40
6. இந்தோளம் — 49
7. ரீதி கௌளை — 58
8. மாண்டு — 66
9. சஹானா — 73
10. சிவரஞ்சனி — 79
11. கௌரிமனோகரி — 86
12. அடாணா — 93
13. திலங் — 98
14. ரேவதி — 102
15. காபி — 105
16. மத்யமாவதி — 109

1. தர்பாரி கானடா

சில ராகங்களை சராசரி வித்வான்கள் பாடினால்கூட இரண்டு நிமிடம் நின்று கேட்டுவிட்டு நகரச் சொல்லும். இளம் வயதிலிருந்து நம்மை அறியாமல் நம் காதுகளுக்குள் இறங்கியவை அவை. தவிர அதன் ஸ்வரங்கள் சட்டென்று நம்மை பரவசப்படுத்தும். சில பெண்கள் 370 ரூபாய் புடவை கட்டினால் கூட 'பளிச்'சென இருக்குமே அப்படி. அவர்கள் உடம்பு வாகு அந்த மாயத்தைச் செய்கிறது. இது ராக தேவதைகளுக்கும் பொருந்தும். இந்தப் பட்டியலில் பிருந்தாவன சாரங்கா, மோகனம், ஆபேரி, சுருட்டி, சஹானா, அடாணா, ஆரபி என நீண்ட வரிசையே உண்டு. இதில் தர்பாரி கானடாவுக்கு பிரதான இடம் உண்டு. ஆக, தர்பாரியை கொஞ்சம் உச்சி முகர்ந்து கொஞ்சலாம்!

ஜி. ராமநாதன் காலத்திலிருந்து ஜீ.வி. பிரகாஷ் காலம் வரை இந்த எண்பது வருடங்களில் தமிழ் சினிமாவில் எத்தனையோ தர்பாரிகள் கோலிவுட் ஸ்டுடியோக்களில் கொட்டிக்கிடக்கின்றன என்றாலும் அவற்றில் சில முத்துக்களை மட்டும் எடுப்போம். இந்த ராகத்தைப் பற்றி அலசும் போது, 'சிவசங்கரி.. சிவானந்த லஹரி'யிலிருந்து ஆரம்பிப்பதுதான் தர்மம். 1961ம் ஆண்டு 'ஜகதேக வீருனி கதா' என்று தெலுங்கிலும், 'ஜகதலப் பிரதாபன்' என தமிழிலும் வெளிவந்த இப்படத்தில் 'சிவசங்கரி' பாட்டு படத்தின் பெரிய ஹைலைட். மார்கழி குளிரில் லேசாக நடுங்குவது போன்ற கண்டசாலாவின் ஸ்ருதி சுத்தமான குரலில் பாட்டை கேட்கும்போது தேவாமிர்தமாக இருக்கும். அந்த ராகத்தின் அத்தனை நுணுக்கங்களையும் கொண்டு வந்திருப்பார். குறிப்பாக 'சந்திர கலாதரி ஈஸ்வரி' என்று அனுபல்லவியில் அவர் மேலே போகிறபோது தர்பாரி அட்டகாசமாக விஸ்வரூபம் எடுப்பாள்.

அப்புறம் அதே வரியில் அனாயசமாக விறுவிறுவென ஸ்வரங்கள். இறுதியில் அகாரமாக ராகத்தை இழுப்பது... ஹிந்துஸ்தானியில் பந்திஷ் என்பார்கள். எல்லாம் உயர்வான சங்கீதம். இதே படத்தின் தமிழ் டப்பிங்கில் கண்டசாலாவிற்கு சவால் விடும் வகையில் பிரமாதம் பண்ணியிருப்பார் நமது சீர்காழி கோவிந்தராஜன். அனாயச சங்கதிகள்... இசை ஜாம்பவான் திருப்பாம்பரம் சுவாமிநாத பிள்ளையிடம் முறைப்படி கற்றவராயிற்றே. சினிமா அவரை சுவீகரித்துக் கொண்டு விட்டது வேறு விஷயம். "அப்பாவும், கண்டசாலாவும் நெருங்கிய நண்பர்கள். அவரை, மாஸ்டர் என்றுதான் கூப்பிடுவார் என் தந்தை. இந்த பாட்டுக்கு படத்தின் தயாரிப்பாளர் நாகிரெட்டி சன்மானமாக 2500 ரூபாய் தந்துள்ளார். அது பெரிய தொகை. வழக்கமாக 500 ரூபாய் தருவார்கள்" என்றார் ஆச்சரியத்துடன் டாக்டர் சீர்காழி சிவசிதம்பரம்.

மறைந்த இந்துஸ்தானி மேதை பண்டிட் ஜஸ்ராஜ், பீம் சென் ஜோஷி, பர்வீன் சுல்தானா, ரஷித் கான் போன்ற வட இந்திய பெத்த பெயர்களின் தர்பாரிக்கு துளிகூட குறைவில்லாதது. ஹிந்துஸ்தானி கலைஞர்களே இந்த ராகத்திற்கு அதிபதிகள் என்பதால் சொல்கிறேன். இவ்வளவு ஞானமாக இசை அமைத்த பெண்டியலா நாகேஸ்வர ராவ் பல இசைக் கருவிகளை வாசிப்பவராம். தவிர பாடல் எழுதி அவரே பாடுவாராம். அந்தக் காலத்தில் இப்படி அசாதாரண திறமைகள் தெலுங்கு, தமிழ் படவுலகில் பலர் இருந்துள்ளனர் என்பது குறிப்பிடத்தக்கது. அவர்கள் சினிமா தானே என துளியும் சமரசம் செய்து கொள்ளாமல் சாஸ்திரிய சங்கீதத்தை அள்ளி தந்துள்ளனர்.

அடுத்த பாட்டுக்கு போகும் முன், வட இந்திய இறக்குமதியான தர்பாரி கானடாவும், நம் கர்நாடக சங்கீதத்தில் உள்ள கானடாவும் ஒன்றா என்ற கேள்விக்கு வரலாம். ஒன்றல்ல... ஒரே ஜாடையுள்ள இரு சகோதரிகள். நமது கானடா மூத்தவள். இரண்டுக்கும் கமகங்கள் வேறுபடும். அடுத்தது கானடாவிற்கு பெரிய தைவதம். தர்பாரிக்கு சின்னது. கானடா கர கரப்பிரியாவிலிருந்து பிறந்தது. தர்பாரி நட பைரவியிலிருந்து உதித்தது. இசை அறிவு சற்று மந்தமாக உள்ளவர்களுக்கு இரண்டும் ஒரே மாதிரியாக காதில் ஒலிக்கும். ஊத்துக்காடு வேங்கட கவியின் 'அலைபாயுதே..' அழகான கானடா என்றால், புரந்தர தாஸரின் 'சந்திரசூட சிவ சங்கர பார்வதி'

அட்டகாச தர்பாரி! கர்நாடக சங்கீதத்தில் இன்னும் நிறைய உள்ளன. புரியாதவர்களுக்கு தலை காயும்.

சினிமாவிற்கு வரலாம். 'மாருகோ, மாருகோ மாருகயி' என்று 'சதிலீலாவதி'யில் கமல் பாடுவது ஓரளவு சுத்தமான கானடா. நான் 'ஓரளவு' என்பதற்கு காரணம், பிற்கால இசையமைப்பாளர்கள் எந்த ராகத்தையும் பரிசுத்தமாக கொடுத்ததில்லை. அந்நிய ஸ்வரங்களை சேர்ப்பதும், விடுவதும்... சகஜம். அவர்களுக்கு பாட்டின் அழகுதான் முக்கியம். ஜனங்களிடம் சேரணும்... அவ்வளவே. மியூஸிக் அகடமியின் விருதுக்கா இசையமைக்கிறார்கள்? தர்பாரியை இழுத்து பாடும்போது ஒரு சுகம் இருப்பதை உணர்ந்த நமது இசையமைப்பாளர்கள் அதை பல ரூபங்களில் பயன்படுத்தி ஏராளமான 'ஹிட்'களை தந்துள்ளனர்.

1964ம் ஆண்டு வெளிவந்த நடிகர் திலகம் சிவாஜியின் 'கர்ணனி'ல் மெல்லிசை மன்னர்கள் விஸ்வநாதனும் ராமமூர்த்தியும் நடத்திய பிரம்மாண்ட இசைத் திருவிழாவை மறக்க முடியுமா? ராஜ மண்டபத்தில் நடிகர் திலகம் தானம் கொடுத்துக் கொண்டிருக்க 'நாணி சிவந்தன மாதறாற் கண்கள்' என்று திருச்சி லோகநாதன் தர்பாரியை மேல் ஸ்தாயில் இழுக்கும்போது எத்தனையோ முறை சிலிர்த்து விட்டது. ஆனாலும் சிலிர்ப்பு அடங்காது போலிருக்கிறது. அந்த இசையே சிவாஜியை காட்சியில் மேலும் கம்பீரமாக காட்டுவதாக எனக்குத் தோன்றும்! சற்று 'பூம்புகார்' பக்கம் போகலாம். 'பவழ மணி மாளிகையில்... பனிமலரில் பஞ்சனையில்' என்று கே.பி. சுந்தராம்பாள் மேல் பஞ்சமத்தில் நின்று குரலை உருட்டும் போது அங்கே தர்பாரி இந்த ஞான பெண்மணியிடம் சரணாகதி அடைந்து விடுவாள். பிரமாத விருத்தம். அப்புறம் 'தப்பித்து வந்தானம்மா'. இந்த ராகத்திற்கு எவ்வளவு *scope* உள்ளது என்பது இப்படிப்பட்ட இசை புயல்கள் பாடும்போது புரியும். வழி தவறிப் போன கோவலனின் பரிதாப நிலையை உணர்த்துவதற்கு இதைவிட சிறந்த வேறு ராகத்தை யோசிக்க முடியவில்லை. 'காலம் கற்பித்த பாடத்தில் அடி தாங்க முடியாமல்..' என்கிறபோது அடியின் வலியை குரலில் காட்டுவார் கே.பி.எஸ். அதே போல் 'இவன் போட்ட கணக்கொன்று... அவள் போட்ட கணக்கொன்று... இரண்டுமே தவறானது..' என்று அதி தாரஸ்தாயியில் அவர் நிற்கும் போது நம் ஆன்மாவும் சேர்ந்து அலறும்! எந்த இசைப் பள்ளியிலும்

சொல்லி தந்து வருவதில்லை இந்த சங்கீதம். பூம்புகாருக்கு இசை ஆர். சுதர்சனம். குறைந்த படங்களிலேயே கற்கண்டு பாடல்களை தந்தவருக்கு 'கலைமாமணி'யோடு முடித்துவிட்டார்கள்! 'ஏன் இப்படி கோவணத்துடன் தண்டு கொண்டு இங்குற்றோர் ஆண்டியானாய்...' கே.பி.எஸ்ஸின் மற்றொரு தர்பாரி அசத்தல். எதை விடுவது... எதை சேர்ப்பது? அவர் ஒரு இசை ராட்சஸி.

டி.எம். சௌந்தரராஜனுடன், சுசீலாவும், ஜானகியும் ஆரம்ப காலத்தில் அதாவது 1960களிலும் 70களிலும் இந்த ராகத்தில் வெளுத்து வாங்கியிருக்கிறார்கள். இவற்றில் முக்கியமான இரண்டு பாடல்கள்... ஜி ராமநாதனின் 'முல்லை மலர் மேலே'யும், கே.வி. மகாதேவனின் 'சின்னஞ்சிறிய வண்ணப் பறவையும்...' கர்நாடக சங்கீதத்தை பாமரனிடம் கொண்டு போனதில் இருவருக்குமே முக்கிய பங்கு உண்டு என்றாலும், ஜி. ராமநாதனுக்கு சற்று கூடுதல் பெருமை உண்டு. அவரும் தியாகராஜ பாகவதரும் ஒரு கட்டத்தில் இசையில் விளையாடியிருக்கிறார்கள். மருதகாசி, கண்ணதாசன், உடுமலை நாராயண கவி, மாயவநாதன், பட்டுக்கோட்டை கல்யாணசுந்தரம் போன்ற கவி ஆளுமைகளும் அந்த சங்கீத மேதைகளுடன் இணைந்ததால் அவர்களால் பல பிரமிப்புகளை பாடல்களில் உருவாக்க முடிந்தது.

'குங்குமம்' படத்தின் 'சின்னஞ் சிறிய வண்ணப்பறவை'க்கு வருவோம். 'மனதினிலே தோன்றும் மயக்கங்கள் கோடி' என்று டி.எம்.எஸ். அனாயாசமாக மேலே போவதும், அதே வேகத்தில் கீழே மந்திர ஸ்தாயிக்கு வந்து நிற்பதும் அழகான இடங்கள். அதேபோல் பாட்டின் இறுதியில் டி.எம்.எஸ்.ஸுடன் ஜானகி போட்டி போட்டுக் கொண்டு ராகத்தின் வெவ்வேறு பரிமாணங்களை காட்டுவதெல்லாம் கே.வி. மகாதேவனின் ஆழ்ந்த இசை புலமையை வெளிப்படுத்தும். முறையாக சங்கீதம் பயிலாத ஜானகி ஈடு கொடுத்து பாடியதுதான் ஆச்சரியம். ராகத்தில் லயித்து நடிகர் திலகத்தின் சற்று மிகையான வாய் அசைப்புகளையும் அந்த காலத்தில் ரசித்தார்கள்.

'அழகு தெய்வம் மெல்ல மெல்ல' என்ற 'தெய்வ பிறவி' பாட்டில் தர்பாரியை தாலாட்டு போல போட்டிருப்பார் மகாதேவன். 'பொன் என்பேன்', 'திருப்புகழைப் பாடப் பாட வாய் மணக்கும்',

‘கனவுகளே ஆயிரம் கனவுகளே’, ‘வசந்தத்தின் ஓர் நாள்’, ‘கேள்வியின் நாயகனே..’ என்று ராமமூர்த்தியுடன் இணைந்தும், பிறகு தனியாக வந்த பின்பும் மெல்லிசை மன்னர் எம்.எஸ்.வி. தர்பாரியை நிறைய உலவ விட்டிருக்கிறார் என்றாலும் அவற்றில் கலப்படம் உண்டு. பவுன் பாஷையில் சொன்னால் 18 கேரட் தான் தர்பாரி ராகம் இருக்கும். சாஸ்திரிய சங்கீதத்திலிருந்து இளசுகள் வெளியே வருவதை புரிந்து கொண்டிருக்கலாம் எம். எஸ்.வி. இப்படி ரசனை மெதுவாக மாறிக் கொண்டிருக்கும் காலத்தில் ‘தெய்வம்’ படத்தில் ‘மருதமலை மாமணியே... முருகைய்யா’ என்று குன்னக்குடி வைத்யநாதன் ஒரு பாடலை தந்தது அப்போது இதமான அதிர்ச்சி. முழுக்க கிளாஸிக்கலாக தந்தது மட்டுமல்ல.... சினிமா வேண்டாமே என ஒதுங்கிய மகா கலைஞர் மதுரை சோமுவை பாட வைத்ததும்! குன்னக்குடியாரின் சவாலான சந்தத்திற்கு கவியரசு கண்ணதாசன் வரிகள் எழுதியதும், சோமு பிரமாதப்படுத்தியதும் நேற்றைய வரலாறு... சோமு, ஹிந்துஸ்தானி மேதை படே குலாம் அலி கானின் பெரிய அபிமானி என்பதால் அவர் பாணியிலேயே பிர்காக்கள் விட்டிருப்பார். ஐம்பது வருடமாகியும் இன்றுவரை சூப்பர் சிங்கர்கள் இறுதிப் போட்டிக்கு தேர்வு செய்யும் பாடலாகிவிட்டது மருதமலை.

இசைஞானி இளையராஜாவும் இந்த ராகத்தில் சில பாடல்களுக்கு இசையமைத்துள்ளார் என்றாலும், சற்று ஜனரஞ்சகமாக கையாண்டிருப்பார் தென்றல் வருவதுபோல! அவற்றில் ‘சிந்து பைரவி’ படத்தில் வரும் ‘பூ மாலை வாங்கி வந்தான்’ மற்றும் ‘மௌனம் சம்மத’ படப் பாடல் ‘கல்யாண தேன் நிலா’வும் குறிப்பிடத்தக்கவை. ‘முல்லை மலர் மேலே...’ போல அழுத்தமாக அந்த ராகத்தை கையாளாமல் இரு பாட்டிலும் கொஞ்சியிருப்பார். அப்படியும் ஒரு படைப்பாளி செய்யலாம். ‘பூமாலை’யில் வைரமுத்துவின் வார்த்தைகள் பட்டைத் தீட்டப்பட்டவை என்றாள் ஜேசுதாஸின் குரல் ஒரு பெரிய இசை கலைஞன் குடும்ப வாழ்விலிருந்து திசை மாறிப் போய் போதைக்கு அடிமையானதை நெகிழ்வுடன் வெளிப்படுத்தும். ராஜாவின் இசையில் ‘ஆகாய வெண்ணிலாவே’ கூட சொல்லலாம். ஏ.ஆர். ரஹ்மான் தன் முதல் படத்திலேயே ‘புது வெள்ளை மழை’யை புத்தம் புதிய எலக்ட்ரானிக் சவுண்டுடன் கொண்டு வந்த போது தர்பாரி வேறு

மாதிரி ஒலித்தது. உண்ணி மேனனும், சுஜாதாவும் ஏகாந்தமாக பாடியிருப்பார்கள். புல்லாங்குழல் கூட வித்தியாசமாக ஒலிக்கும். எல்லாம் ரஹ்மான் மேஜிக்! ரிதம் படத்தில் வரும் 'காற்றே என் வாசல் வந்தாய்' மற்றொரு அற்புதம். ஒரு காலத்தில் கே.பி. எஸ். போன்றவர்கள் சோகத்தைப் பிழிந்த தர்பாரியை காதலுக்கு திருப்பியிருப்பது அவரது பாடல்களில் புரியும். 'தென் மேற்கு பருவக்காற்று', 'ஓகே கண்மணி''யில் 'நானே வருகிறேன்', என்று சிலவற்றை சொல்லலாம். 'ஒரு தெய்வம் தந்த பூவே'யில் இந்த ராகத்தில் பாசத்தை கொட்டியிருப்பார்.

'நீ ஐந்து வருஷத்திற்கு ஒரு பாட்டை எனக்குத் தந்தால் கூட பரவாயில்லை. ஆனா... இது மாதிரி பாட்டை கொடு' என்றார் வித்யாசாகரிடம் எஸ்.பி.பி. அவர் சொன்னது 'மலரே மௌனமா'. கடந்த இருபத்தைந்து ஆண்டுகளில் தமிழ் சினிமாவில் வந்த மிகச் சிறந்த தர்பாரிகளில் ஒன்று என அடித்துச் சொல்லலாம். எஸ். பி.பியும், ஜானகியும் பாடலோடு வாழ்ந்திருப்பார்கள். அந்த பனி மலை மீது புத்த பிட்சுகள் நடந்து செல்ல, பி.ஜி.எம்மில் வரும் ஹ்ம்மிங் அசாத்திய கற்பனை. 'நீ காற்று நான் மரம்', 'ஒரே மனம்' என்று வித்யாசாகர் இந்த ராகத்தில் சூப்பரான தனி ஆவர்த்தனம் நடத்தியுள்ளார்.

தேனிசை தென்றல் தேவா என்ன சளைத்தவறா? 'தென்னமர தோப்புக்குள்ளே', 'தாஜ்மகாளே..' போன்று சில பாடல்களில் அவரது புலமை தெரியும். நல்ல ராக ஞானம் உள்ளவர் தேவா. வியாபார நெருக்கடியால் தன்னை மாற்றிக் கொண்டவர்.

ஹாரிஸ் ஜெயராஜ், யுவன் சங்கர் ராஜாவிடம் சொல்லிக் கொள்ளும் அளவுக்கு இதில் பங்களிப்பு இல்லை. ஜீ.வி. பிரகாஷின் 'பூக்கள் பூக்கும் தருணம்' அவரது சிறந்த படைப்புகளில் ஒன்று எனலாம். 'மலரே மௌனமா'வுக்கு சமமான தரம்! விளையாட்டுப் பையன் போல தோன்றும் இவரிடம் இப்படி ஒரு தர்பாரியா... என அந்த சமயத்தில் வியந்துள்ளேன்! 'ஆர்கெஸ்ட்ரேஷன்' என்பார்களே.... அந்த இசை சேர்ப்பெல்லாம் அபாரமாக இருக்கும்.

இந்த ராகத்திற்கு மங்கலம் பாடும் நேரம் வந்துவிட்டது. அதற்கு முன் அந்த இஸ்லாமிய ஜாம்பவான் பாடிய தர்பாரியை மறக்க முடியுமா? நாகூர் ஹனிபாவின் 'இறைவனிடம் கை யேந்துங்கள்.'

என்ன குரல்... என்ன ஸ்ருதி சுத்தம்... என்ன ஸ்தாயி! இத்தனைக்கும் இசையை முறையாக கற்காதவர். 'அல்லல்படும் மாந்தர்களே அயராதீர்கள். அல்லாவின் பேரருளை நம்பி நில்லுங்கள்' என்ற ஹனிபா அதி தார ஸ்தாயியில் நிற்பதுபோல இன்றைய இளம் பாடகர்கள் எத்தனை பேர் செல்வார்கள் என்பது சந்தேகமே... அப்புறம் முன்னாள் முதல்வர் கலைஞரின் பிறந்த நாளின்போது வீதி தோறும் ஒலிக்கும் 'கல்லக்குடி கொண்ட கருணாநிதி வாழ்கவே', ஹனிபாவின் மற்றொரு உணர்ச்சிகரமான தர்பாரி!

2. ஆபேரி

1998ம் வருடம்... 'ஜீன்ஸ்' படம் ரிலீசான நேரம். குமுதத்தில் ஒரு அசைன்மெண்டுக்காக தர்மபுரி போயிருந்தேன். பேருந்து நிலையம் அருகே ஏதோ ஒரு லாட்ஜில் ரூம் போட்டிருந்தேன். இரவு உணவுக்காக நல்ல ஹோட்டலை தேடி, ஊரையும் ரசித்தபடி மெதுவாக சுற்றிக் கொண்டிருந்தேன். புதிய ஊர்களுக்குப் போனால் அந்த ஊரில் என்ன சுவாரஸ்யம் என ரசிப்பது என் நீண்ட கால ரசனை. ஒரு பரோட்டா கடையை கடக்கும்போது 'தக தக தக ஜிம்... தக தக தக ஜிம்' என அழகான ஜதிகள். பின்னணியில் தவில் பொறிகிறது. இதமான அதிர்வில் அந்தப் பக்கம் திரும்பினால், கடையில் ஒரே ஆளாக நின்றிருக்கும் ஒல்லியான பரோட்டா மாஸ்டர் எஃப்.எம். மில் வரும் அந்த ஜதிகளை ஜோராக சொல்லிவிட்டு, 'கண்ணோடு காண்பதெல்லாம்..' என்று நித்யஸ்ரீ மகாதேவன் பல்லவியை இழுக்கும்போது அவரும் கூடவே இழுத்து லயித்துப் பாடுகிறார். கைகள் உருட்டி வைத்த பரோட்டா மாவை அலட்சியமாக விசிறுகிறது! அவர் நிமிர்ந்துகூட பார்க்கவில்லை. ஒருகட்டத்தில் நித்யஸ்ரீ 'தலைவா' என மேல் ஸ்தாயிக்கு போகிறபோது தன் ஸ்ருதியில் அவரும் போகிறார்! அந்த வேடிக்கையை கண் குளிர பார்த்து விட்டு நகர்ந்தேன். ஏ.ஆர். ரஹ்மானுக்கு பெரிய பெயரை பெற்று தந்தது மட்டுமல்ல.... புகழின் அடுத்த படிக்கு கொண்டு சென்ற பாடல். அன்று இரவு படுத்தபோதும் பரோட்டா மாஸ்டரின் அதே சங்கீத காட்சி!

காலை எழுந்தவுடன் முதல் வேலையாக நித்யஸ்ரீக்கு போன் செய்தேன். "நீங்களும் ஆபேரியை பத்து வருஷத்திற்கும் மேலாக (அப்போது அவர் மேடை கச்சேரிக்கு புதுசு) பாடி வருகிறீர்கள். நகுமோமு கனலேனி, பஜரே மானஸ, காயாரோக நேசம், பஞ்சாட்சர

பீட ரூபிணி, எப்படி பாடினாரோ, முருகனை காணக் கண் ஆயிரம் வேண்டும்.. என்று எத்தனையோ கீர்த்தனைகள் பாடிட்டீங்க..” என்று முடிக்கும் முன்பே சஸ்பென்ஸ் தாங்க முடியாமல் இடைமறித்து “அதுக்கு என்ன சார்...” என்றார் பரபரப்புடன் நித்யா. தர்மபுரி சம்பவத்தை சொல்லி, ‘சினிமாவில் பாடினப்புறம், ஒரு பரோட்டா மாஸ்டர் உங்கள் ஆபேரியை எப்படி ரசித்தார்... உங்கள் ஞானம் இப்போதுதான் அவர்களிடம் போயிருக்கு” என்று சொன்னபோது, சங்கீத கலாநிதி பட்டம்மாளின் பேத்தி உணர்ச்சிவயப்பட்டார்! நெகிழ்ந்தார். (பை தி பை, நித்யஸ்ரீக்கு ஏராளமான இலங்கை தமிழ் ரசிகர்கள் உண்டு என்பது பலருக்கு தெரியாதது. யாழ்ப்பணம் மட்டுமல்ல... லண்டன், டோரண்டோ போன்ற நகரங்களிலும் இலங்கை தமிழர்கள் அவரை கொண்டாடுகின்றனர்.)

சட்டென்று மனதை என்னமோ செய்துவிடும் ராகம் ஆபேரி. லட்டு போன்ற இந்த ராகத்தை வாசிக்காத நாதஸ்வரக்காரர்கள் இல்லை எனலாம். நாயனக்காரர்களின் செல்லப் பெண். எத்தனை முறை கேட்டாலும் அலுக்காத ‘சிங்காரவேலனே தேவா...’ பிரமாதமான ஆபேரி. காருகுறிச்சி அருணாச்சலம் என்ற கலைஞனை எங்கோ உச்சாணிக் கொம்பிற்கு ஏற்றிவிட்ட பாடல். ‘திருசெந்தூரில் நின்றாடும் தேவா...’ என்ற இடத்தில் எஸ். ஜானகி போடும் சங்கதியை அவர் அனாயசமாக திருப்பி தருவதிலிருந்து, இறுதியாக இரண்டு அற்புத கலைஞர்களும் ஸ்வரங்களில் காட்டும் ஜால வித்தைகள் வரை, அத்தனையும் அப்பழுக்கில்லாத மடியான சங்கீதம்! படத்தில் ஜெமினியும், சாவித்திரியும் நம்மை அந்த சிங்காரவேலன் சன்னதியில் நிறுத்தி இருப்பார்கள். சாஸ்திரிய சங்கீதத்தை அதிகம் கலப்படம் செய்யாமல் அப்படியே தந்திருப்பார் படத்தின் இசையமைப்பாளர் எஸ்.எம். சுப்பையா நாயுடு! இந்த ஆபேரிக்கு பூர்வாசிரம பெயர் கர்நாடக தேவகாந்தாரி. சங்கீத மும்மூர்த்திகளில் ஒருவரான முத்துசாமி தீட்சிதர் இந்த ராகத்தை தேவகாந்தாரம் என அழைத்தார். பழைய ஆபேரிக்கு சின்ன ‘த’ உண்டு. இப்போது வட இந்திய பீம்ப்ளாஸ் பாதிப்பால் நமது ஆபேரியிலும் பெரிய ‘த’ சேர்ந்துவிட்டது. பழசும், புதுசும் வேறுபடும் என்று சொல்லும் ஆசார பேர்வழிகள் உண்டு. உண்மையில் இப்போது நம்மூர் ஆபேரியும், வட இந்திய பீம்ப்ளாஸும் ஒன்றாகிவிட்டது. அப்படித்தான் பலர் பாடுகின்றனர்.

மேலே போனால் ஐந்து ஸ்வரம். கீழே வந்தால் ஏழு ஸ்வரம். இப்போதைய ஆபேரி கரகரப்ரியாவின் ஜன்யம். தீட்சிதரின் ஆபேரி நட பைரவியின் குழந்தை. ஆக அந்த டெக்னிக்கல் சமாச்சாரங்கள் சபாக்களின் காலை நேர 'லெக்டெம்'மில் இருக்கட்டும். நாம் பீம்ப்ளாஸ் கலந்த ஆபேரியைப் பற்றி பேசலாம்!

'கொஞ்சும் சலங்கை'யை விட பழசுக்குப் போய்விட்டு அப்புறம், ராஜாக்களிடம்.. வரலாம். 1941ம் ஆண்டு 'சாவித்திரி' படத்தில் எம். எஸ். சுப்புலட்சுமி பாடிய 'மனமே கணமும் மறவாதே'யை நீங்கள் ஒருமுறை கேட்டால் இந்த வாழ்வைப் பற்றி வேறு மாதிரியாக யோசிக்கத் தொடங்கி விடுவீர்கள். தமிழிசை தியாகய்யர் என கொண்டாடப்பட்ட பாபநாசம் சிவன் பாடல். அந்த உருக்கத்தை பிழிந்திருப்பார் எம்.எஸ். 'மோகம் மூழ்கி பாழகாதே, மாய வாழ்வு சதமா?' என கேட்கும் இடத்தில் ஆபேரி கச்சிதமாக உட்காரும். ராக ஞானம் அவ்வளவு இருந்ததால்தான் சிவன் போன்ற மேதைகளால் துல்லியமாக ராகங்களை தேர்ந்தெடுக்க முடிந்தது. இன்றைக்கும் கச்சேரி மேடையில் சீட்டுக்கள் வரும் பாடல்களில் முக்கியமானது 'மனமே கணமும் மறவாதே...' டி.வி. சங்கரநாராயணின் சீடர் சூர்ய பிரகாஷ் பெரும்பாலும் இதைப் பாடாமல் கச்சேரியை முடித்ததில்லை.

'மந்திர குமாரி'யில் திருச்சி லோகநாதனும், ஜிக்கியும் பாடும் 'வாராய். நீ வாராய்...' பாடலில் இந்த ராகத்தை தென்றல் போல அருமையாக தவழ விட்டிருப்பார் ஜி. ராமநாதன். 'முடிவில்லா மோன நிலையினை...' என்று மேல் ஸ்தாயியில் லோகநாதன் தரும் அசாத்திய சங்கதி பிரமிக்க வைக்கும். அது ஒரு தனியான வாய்ஸ்! 'தெய்வத்தின் தெய்வம்' படத்தில் ஜானகி பாடிய 'கண்ணன் மனநிலையில் தங்கமே தங்கம்' இன்னொரு அழகான பாடல்!

'இசைத் தமிழ் நீ செய்த அரும் சாதனை' என்று திருவிளையாடலில் டி.ஆர். மகாலிங்கம் உச்ச ஸ்தாயியில் ஆரம்பித்து ஜோராக பாடுவது கம்பீரமான ஆபேரி. அந்த ராகத்தின் ஜீவனை வரிக்கு வரி காட்டுவார். கே.வி. மகாதேவனின் மிகச் சிறந்த படைப்புகளில் ஒன்று. குறிப்பாக 'பசி வருமே... பாண்டி நாட்டிலே..' என்று வரும் முதல் சரணத்தின் முடிவில் அந்த ராகத்தை சில வினாடிகளில் ஆலாபனை செய்யும் விதம், எந்த தியாகராஜ கீர்த்தனைக்கும்

குறைவில்லாத அழகு! இதே போல 'கங்கை கரை தோட்டம்', 'கோமாதா எங்கள் குலமாதா' ஆகிய வேறு சில படப் பாடல்களிலும் ஆபேரியை விளையாட விட்டிருப்பார் கே.வி. மகாதேவன். இரண்டுமே சுசீலாவின் தேன் குரலில் ஆனந்தமாகவிருக்கும். 'பழமுதிர்ச் சோலையிலே', 'பூ மாலையில்...' ஆகியவை எம். எஸ்.வி. கைவண்ணத்தில் உருவான தரமான ஆபேரிகள். டி.எம். எஸ்ஸும், சுசீலாவும் பாடும் 'பூமாலையில் ஓர் மல்லிகை'யில் இந்த ராகத்தை சற்று மென்மையான டுயட்டாக தந்திருப்பார் மெல்லிசை மன்னர். 'சிந்தும் தேன் துளி இதழ்களின் ஓரம்' என்று தொடங்கும் சரண வரிகளில் டி.எம்.எஸ். பாட பாட, சுசிலா தரும் ஹம்மிங் பிரமாதமான கற்பனை. ஆபேரிக்கு ரம்மியமான காதல் முலாம்!

பாசமலரில் டி.எம்.எஸ்ஸும், சுசிலாவும் அனுபவித்துப் பாடும் 'மலர்ந்தும் மலராத பாதி மலர் போல..' தாலாட்டை விரும்பாதவர்கள் உண்டா? சிவாஜி பாசத் தங்கை சாவித்திரியின் குழந்தையை தூக்கி அணைத்துக் கொண்டு பாடுகிறபோது, இதைவிட சிறந்த பாட்டு அந்த காட்சிக்கு அமையுமா என்று கேட்கத் தோன்றும். விஸ்வநாதனும், ராமமூர்த்தியும் ஆபேரியை இப்படியும் தர முடியும் என்று பிரமிக்க வைத்திருப்பார்கள். ஆனால் இதில் அந்த ராகத்தின் சாயல் மட்டுமே உண்டு! அப்புறம் இளையராஜாவின் காலத்திற்கு வந்தால் 'வசந்த கால கோலங்கள்', 'நாதம் என் ஜீவனே', 'சின்னஞ்சிறு வயதில்', 'பூவே பூச்சூடவா', 'குருவாயூரப்பா, ஊரெல்லாம் உன் பாட்டு' என்று சில அழகான மெலடிகளை அடுக்கலாம். ஆனால் இவை எல்லாவற்றிலுமே அந்த ராகத்தின் ஜாடை மட்டுமே இருக்கும். 'என்னைத் தொட்டு அள்ளிக் கொண்ட மன்னன்' பாடலில் ஆபேரியை கிராமிய மணத்துடன் கொடுத்திருப்பார் ராஜா. எடுத்த எடுப்பிலேயே ஸ்வர்ணலதாவின் ஹம்மிங் சிலிர்ப்பான கற்பனை. 'அன்பே ஓடிவா.. அன்பால் ஓடிவா' அழகான இடங்கள். எஸ்.பி.பி. ராகத்தை கொஞ்சியிருப்பார். சூரக்கோட்டை சிங்கக்குட்டி பாடல் 'காளிதாசன், கண்ணதாசன்' இன்னொரு ராஜ கற்பனை.

தேவாவும் நிறைய தந்துள்ளார். அவருக்கு சுத்த தன்யாசி, ஆபேரி, மத்தியமாவதி, காப்பி ஆகிய நான்கும் அல்வா சாப்பிடுகிற மாதிரி. 'அருணாசலம்' படத்தில் வரும் 'நகுமோ வெட்கம் வருமோ', 'சூரியனில்' பதினெட்டு வயது' 'புருஷ லட்சணத்தில்''செம்பட்டு

பூவே..' ஆகியவை அழகான ஆபேரிகள். தேவா தனக்கென ஒரு முத்திரையை பதிக்க 'கானா'வை கையிலெடுத்தாரே தவிர, அவர் திரும்பவும் மெலடிக்குத் தான் வந்தார். கங்கை அமரன், 'வாழ்வே மாயம்' படத்தில் 'நீலவான ஓடையில்' என்ற ஒரு பாடலை தந்திருப்பார். எஸ்.பி.பி. உருகி இருப்பார்.

இசைப்புயல் ரஹ்மான் ஜீன்ஸ் படத்திற்கு பிறகு சொல்லிக் கொள்ளும் அளவிற்கு இந்த ராகத்தை பயன்படுத்தவில்லை. அவரது சில இந்தி படங்களில் ஆபேரி தலை காட்டியிருக்கிறது. 'ரங்கீலா'வில் 'தன்ஹா தன்ஹா' என்ற செக்ஸி மெலடியில் இந்த ராகம் வேறு மாதிரி ஒலிக்கும்! 'உனக்குள் நானே உருகும் இரவில்' என்று சரத்குமார், ஜோதிகா நடித்த 'பச்சைக் கிளி முத்து சரம்' படத்தில் ஒரு பிரமாதமான பாடலை கொடுத்திருப்பார் ஹாரிஸ் ஜெயராஜ். பாம்பே ஜெயஸ்ரீயின் அருமைகளில் ஒன்று! பாடல் ஆரம்பத்தில் வயலினில் ஜம்மென்று ஆபேரி சீறிக் கொண்டு வரும். பாட்டில் அந்த சாயல் தான் இருக்கும் என்றாலும் ஹாரிஸின் கற்பனை நம்மை கிறங்கடிக்கும்! சொல்லப்போனால் சுத்தமான ஆபேரியை கேட்டு பத்து வருடங்கள் ஆகிவிட்டது. ரகிட, ரகிட, பேட்டை ராப், வாத்தி கம்மிங், அண்ணன் வந்தா ஆட்டம் பாம்ப், என்று பெரிய மியூஸிக் டைரக்டர்கள் குத்துப்பாட்டில் குவிந்துவிட்ட பிறகு ஆபேரியாவது, ஆப்பிரிக்காவாவது?

3. சாருகேசி

ஐந்தே பாட்டுக்கள்... 'மன்மத லீலையை வென்றார் உண்டோ', 'வசந்த முல்லை போலே வந்து', 'ஆடல் காணீரோ', 'ஆடல் கலையே தேவன் தந்தது', 'அகலே அகலே நீலாகாசம்..' இவற்றை திரும்ப திரும்ப கேட்டு மனதில் ஏற்றி கொண்டால் போதும்! சாருகேசியை தூக்கத்தில் கேட்டால் கூட நீங்கள் பட்டென்று சொல்வீர்கள். அந்த அளவிற்கு ராகத்தின் ஜூஸ் இந்த பாடல்களில் இறங்கி உள்ளது. அப்படியென்றால் இதே ராகத்தில் அமைந்துள்ள மற்ற பாடல்கள் என நீங்கள் புருவத்தை உயர்த்துவது புரிகிறது. அதெல்லாம் என்னைப் பொறுத்தவரை இரண்டாவது டிக்காஷனில் போடப்பட்ட காபி. மேலே சொன்னது முதல் டிக்காஷன். இந்த வரிசையில் ஐந்தாவதாக சொன்னது மலையாளம்! படம் மிடுமிடிக்கி. இசை எம்.எஸ். பாபுராஜ். முழு பெயர் முகமது சபீர் பாபுராஜ். 49 வயதில் இறந்து போன அசாத்திய கலைஞர். 1960 களிலேயே ஹிந்துஸ்தானி ராகங்களை மலையாள சினிமாவிற்கு கொண்டு வந்தவர். அவர் பாடல்களில் சாரங்கி, சரோடு, ஷெனாய் போன்ற ஹிந்துஸ்தானி வாத்தியங்கள் செய்யும் ஜாலம் நம் மனதை உலுக்கி விடும்.

இளையராஜா எப்போது பேசினாலும் பாபுராஜை சிலாஹிப்பார். ஜேசுதாஸ் 'அகலே...' என்று எடுத்த எடுப்பிலேயே மேலே இழுக்கும் போதே நம் உடம்பு சிலிர்க்கும். எஸ். ஜானகியுடன் இணைந்து பாடும் பிரமாதமான சாருகேசி டூயட்! 'ஆஜாரே... பரதேசி' 'மதுமதி' இந்திப் பாடலில் கூட இந்த ராகத்தின் சாயல் உள்ளது.

நம்முடைய பாகவதருக்கு வருவோம்! 1944ல் வெளிவந்த 'ஹரிதாஸ்' படத்தில் இடம் பெறும் 'மன்மத லீலையை வென்றார்

உண்டோ' பாடலை தியாகராஜ பாகவதர் பாடுகிற போது சாருகேசி கங்கை போல கரை புரண்டு ஓடும். பாபநாசம் சிவனின் இசையால் பாடல் அழகு பெற்றதா, பாகவதரின் சாரீரம் அந்த மயக்கத்தை தந்ததா... புரியாத புதிர். பட்டி தொட்டியெல்லாம் பல வருடங்கள் ஒலித்த பாடல்! இன்றைக்கும் அந்த ராகத்திற்கு இப்பாடலே முதல் ரெஃபரன்ஸ்

'சாரங்கதாரா' படம் என்றாலே எனக்கு 'வசந்த முல்லை போலே' தான் நினைவுக்கு வரும். டி.எம்.எஸ். சாருகேசியை அணு அணுவாக ரசித்திருப்பார். குறிப்பாக 'இந்திரவில் நீயே சந்திர ஒளி நீயே', என்று மேல் 'ம' வை தொட்டுவிட்டு "ஈடில்லா உன்னையே என் மனம் நாடுதே"... என்று டி.எம்.எஸ். கீழே இறங்கி வரும் அழகு இருக்கே... அதைவிட எந்த ஹீரோயினும் அழகில்லை! ஜி. ராமநாதன் போன்ற மேதைகளால் மட்டுமே இப்படி ராகத்தின் ஆன்மாவை கொண்டுவர முடியும். இன்று ராகங்களை தெரிந்து கொள்ளாமல் கீபோர்டில் இசையை தேடும் அவலம் நடக்கிறது கோலிவுட்டில். அதே ஜி. ராமநாதன் எம்.ஜி.ஆரின் 'மதுரை வீரன்' படத்தில் 'ஆடல் காணீரோ' என்றொரு பாடலை தந்திருப்பார். பாடியவர் எம்.எல். வசந்தகுமாரி. கேட்க வேண்டுமா? எம். எஸ்ஸுக்கும், அவருக்கும் இசையில் போட்டா போட்டியே நடந்த காலம் அது! பல்லவி முடிந்து முதல் சரணத்திலேயே (அனுபல்லவி) சாருகேசியில் சின்ன ஆலாபனையே செய்திருப்பார் எம்.எல்.வி. அனாயசயம். அற்புதம்!

அம்பிகா சதஸில் ஆட, ரஜினி வீணையை மீட்டியபடி பாடும் 'ஆடல் கலையே தேவன் தந்தது' காட்சியை மறக்க முடியுமா? 'ஸ்ரீ ராகவேந்திரர்' படத்தில் இளையராஜா படு சம்பிரதாயமாக இந்த ராகத்தை கையாண்டிருப்பார். பாட்டுக்கு நடுவிலேயே சற்று ஆலாபனை, ஸ்வரங்கள், கொஞ்சம் ஜதிகள் என்று களேபரமான ராஜாங்கம் நடத்தியிருப்பார். ஜேசுதாஸ் பாடிய கிளாஸிகல் பாடல்களில் இது மிகச் சிறந்த ஒன்றாக இருக்க முடியும்!

சாருகேசி பொதுவாக உருக்கம், கருணை, இரக்கம் போன்ற உணர்வுகளை வெளிப்படுத்தும் ராகம். இது மேலே போகிற போதும் ஏழு ஸ்வரங்கள். கீழே வரும் போதும் ஏழு ஸ்வரங்கள் என்பதால் சம்பூர்ண ராகம் என சொல்வார்கள் இசை அறிஞர்கள்.

26வது மேளகர்த்தா ராகம் கூட. இந்த ராகத்தில் மேலே பஞ்சமம் வரை போகலாம் என்றாலும் மத்யமம் வரைக்கும்தான் பொதுவாக நம் வித்வான்கள் போவார்கள். காரணம் அதிலேயே ராகத்தின் சொரூபம் பளீரென தெரிந்துவிடும். பஞ்சமம் போனால் சுகம் கிடைப்பதில்லை. கர்நாடக சங்கீதத்தை பொறுத்தவரை தியாகராஜரின் 'ஆட மோடி களதே', சுவாதி திருநாளின் 'கிருபயா பாலய சவ்ரே', பாபநாசம் சிவனின் 'கருணை வருமோ', என்று சில கீர்த்தனைகள் சாகாவரம் பெற்றவை. லால்குடி ஜெயராமன் 'இன்னும் என் மனம்' என்ற அழகான வர்ணத்தை இந்த ராகத்தில் அமைத்துள்ளார்!

சினிமாவில் இடம்பெற்ற சற்று 'லைட்'டான சாருகேசிகளை அலசலாம். எஸ். வரலட்சுமி பாடிய 'வெள்ளி மலை மன்னவா', டி.எம்.எஸ். மென்மையாக பாடிய 'தூங்காத கண் ஒன்று உண்டு' ஆகிய இரண்டும் கே.வி. மகாதேவன் இசையமைத்தவை. வரலட்சுமிக்கு ஒரு அதிர்ஷ்டம் உண்டு. எப்போதாவது பாடுவார். அவை பெரும்பாலும் ஹிட்டாகி விடும். எம்.எஸ்.வி. சாருகேசியில் நிறைய கொடுத்துள்ளார் என்றாலும் 'ரிக்ஷாக்காரன்' படத்தில் 'அழகிய தமிழ் மகள்', 'ராஜபார்ட் ரங்கதுரை'யில் 'அம்மம்மா தம்பி என்று நம்பி', 'பிள்ளையோ பிள்ளை'யில் 'மூன்று தமிழ் தோன்றியது' ஆகியவை முக்கியமானவை. குறிப்பாக மு.க. முத்து நடித்த 'பிள்ளையோ பிள்ளை'யில் வரும் 'மூன்று தமிழ்' டூயட்டில் மெல்லிசை மன்னர் சாருகேசியை, 'சாரு கேசரி' போல அவ்வளவு தித்திப்பாக தந்திருப்பார். இசை ஞானிக்கு 'ஆடல் கலையே' மாஸ்டர் பீஸ் என்றாலும், 'அரும்பாகி மொட்டாகி, சக்கரைக் கட்டி', 'தூது செல்வதாரடி', 'மயங்கினேன் சொல்ல தயங்கினேன்', காதலின் தீபம் ஒன்று..' என வரிசையாக பல ஜனரஞ்சக கற்கண்டுகளை அள்ளிக் கொடுத்துள்ளார். விசுவின் 'சம்சாரம் அது மின்சாரம்' படத்தின் டைட்டில் சாங்கில் இந்த ராகத்தின் லட்சணம் ஓரளவு தெரியும்படி அழகாக கையாண்டிருப்பார் சங்கர் கணேஷ்.

'உதயா உதயா' பாடலில் ஏ.ஆர். ரஹ்மான் சாருகேசியை கொண்டு வந்திருக்கும் விதம் வித்தியாசமாக இருக்கும். ஜி. ராமநாதன் காலத்து பாடலை போல நீங்கள் அழுத்தமாக எதிர்பார்க்க முடியாது! பட்டாம்பூச்சி தோளில் பட படவென்று உரசிவிட்டு காதோரமாக பறந்து செல்வது போல அவ்வளவு மிருதுவாக இருக்கும். 'காதல்..

ல் தீண்டவே, கடல் தாகம் உண்டானதே..' என்று சாதனா சர்கம் மயங்குவதும், 'உன் பாதி வாழ்கிறேன்... என் பாதி தேய்கிறேன்' என்று ஹரிஹரன் அனுபவித்து இழுத்து பாடுவதும், நடுவே வயலின் அழகாக கண்ணாமூச்சி காட்டுவதும், ரிதம் தொந்தரவு செய்யாமல் மென்மையாக தொடர்வதும் உங்களுக்கு புரிந்தால் ரஹ்மான் ஏன் யாரும் தொட முடியாத இடத்தை அடைந்தார் என்று புரியும். மகா கலைஞர்கள் மட்டுமே வெற்றிடம் எங்குள்ளது என அறிவார்கள். இதே போன்று இன்னொரு அழகு டூயட் 'எனக்கு 20, உனக்கு 18' படத்தில் வரும் 'ஏதோ ஏதோ ஒன்று' பாடல். 'உயிரே... இதயம்..' என்று கோபிகா பூர்ணிமா இழுக்கும் ஒரு இடத்திலேயே சாருகேசி ஆயிரம் முத்தமிடுகிறதே! பாழாய்ப்போன சினிமா வியாபார உலகம், ரஹ்மான் என்ற அபூர்வ கலைஞனின் உயர்ந்த படைப்புகளுக்கு வேகத் தடையாக உள்ளதே என்ற வேதனை எனக்கு எப்போதும் உண்டு!

'நேருக்கு நேர்' படத்தில் 'எங்கெங்கே' என்றொரு டூயட்டை ஹரிஹரனுடன் ஆஷா போஸ்லே பாடுவார். கேட்கவே வெய்யிலில் பன நுங்கு சாப்பிடுவது போலிருக்கும். உபயம்... தேனிசை தென்றல் தேவா. எஸ்.பி.பியும் சித்ராவும் பாடும் 'செந்தூரப்பாண்டிக்கு..', 'அவ்வை சண்முகி'யின் 'காதலா காதலா' போன்றவை தேவாவின் கர்நாடக சங்கீத ஞானத்தை பறை சாற்றும். குறிப்பாக காதலாவில் ஹரிஹரனும், சுஜாதாவும் மேல் ஸ்தாயியில் மெய்மறந்து வானில் விளையாடும் சங்கதிகள் அட்டகாசமானவை. புதிதாக வந்திருக்கும் சில ஜீன்ஸ்களை விட தேவா நூறு மடங்கு கிரியேடிவான இசையமைப்பாளர். அதே போல பரத்வாஜும் நல்ல கற்பனை வளமும், சங்கீத ஆளுமையும் உடையவர். தமிழ் படவுலகம் அவரை சீக்கிரம் ஏன் ஓரங்கட்டியது என்பது சற்று விளங்காத விஷயம். 'திருட்டு பயலே'யில் அவரது 'தையதா தையதா' திரும்ப திரும்ப முணு முணுக்க வைக்கும் ரம்மியமான சாருகேசி.

புதிதாக முளைத்திருக்கும் இசையமைப்பாளர்களின் சாருகேசிகள் எதுவும் இந்த நிமிடம் வரை என் காதில் விழவில்லை. கேட்டு எழுத எனக்கும் ஆசைதான்!

4. சுத்த தன்யாசி

எடுத்ததற்கெல்லாம் மனதில் எக்கச்சக்க கோபமோ அல்லது ஆத்திரமோ வருகிறதா...? நீங்கள் உடனே கேட்க வேண்டிய ராகம் சுத்த தன்யாசி. இசை அறிஞர்கள் அப்படித்தான் கூறியிருக்கிறார்கள். 'ராக ஆராய்ச்சி மையம்' நடத்திய வயலின் ஜாம்பவான் குன்னக்குடி வைத்தியநாதன் பல கூட்டங்களில் சொல்லியுள்ளார். மனதை லேசாக்கி நம் இதய படபடப்பை கட்டுப்படுத்தும் குளிர்ச்சியான ராகம். கேட்கவே ஆனந்தமாக இருக்கும். பொதுவாக இசைக்கே அப்படியொரு மகிமை உண்டு என்றாலும் சில ராகங்களுக்கு கூடுதல் சிறப்பு உண்டு. இசையமைப்பாளர்களுக்கு எது தெரியாவிட்டாலும் கானடா, மோகனம், காப்பி, சுத்த தன்யாசி உள்பட ஒரு டஜன் ராகங்கள் நிச்சயம் தெரிந்திருக்கும். காரணம், இதில் எதைத் தொட்டாலும் பாட்டு ஹிட்டாகிவிடும்!

சுத்த தன்யாசிக்கு உதய ரவிசந்திரிகா என்ற பழைய பெயரும் உண்டு. இரண்டிற்கும் சிறிய வேறுபாடு இருப்பதாக சொல்லுவார்கள் சம்பிரதாய ஆட்கள். சுத்த தன்யாசி கரகரப்பிரியாவிலிருந்து பிறந்தது. மேலே போனால் ஐந்து ஸ்வரங்கள். கீழே வந்தாலும் ஐந்து. இந்த ராகத்தில் தியாகராஜரின் 'எந்த நேசினா', ஹரிகேசநல்லூர் முத்தையா பாகவதரின் 'ஹிம்மகிரி தனயே' (ஜி.என்.பி பிரபலப்படுத்தியது) புரந்தரதாஸரின் 'நாராயண நின்ன நாமத'. அன்னமய்யாவின் 'பாவமுலோனா' என பல சூப்பர் ஹிட்கள் கர்நாடிக்கில் உண்டு.

ஜி. ராமநாதன் காலத்திலிருந்து யுவன்சங்கர் ராஜா, இமான் காலம் வரை இந்த ராகத்தில் ஏராளமாக ட்யூன் போட்டுள்ளனர் என்றாலும், தனது கற்பனைகளை அள்ளித் தெளித்துள்ளவர் இசைஞானி இளையராஜா! அவருக்கு முன்பும் சரி, பின்பும் சரி இத்தனை விதங்களில் சுத்த தன்யாசியை ஆராதனை செய்துள்ளார்களா என்பது

சந்தேகமே. அதற்கு முன் ராஜாவின் சீனியர்களின் கைவண்ணத்தை பார்க்கலாம். ஜி. ராமநாதன் 'வா வா வளர்மதி' என்றொரு பாடலை 'வணங்காமுடி' படத்தில் தந்திருப்பார். சுதா ரகுநாதனின் குரு எம். எல். வசந்தகுமாரியின் குரலில் சுத்த தன்யாசியை கேட்கிறபோது சுட சுட பாதாம்பால் சாப்பிடுவது போல் அவ்வளவு ருசியாக இருக்கும். அழகழகான சங்கதிகள். பாடுபவர் பாடினால் சினிமா பாட்டையும் சாஸ்த்ரிய சங்கீதமாக்கிவிட முடியும் என்பதற்கு எம். எல்.வி. போன்றவர்களே சாட்சி!

'மெல்ல மெல்ல அருகில் வந்து', 'தூக்கணாம் குருவி கூடு', 'ஆயிரத்தில் ஒருத்தியம்மா நீ' போன்று சில அருமையான கே.வி. மகாதேவன் பாடல்கள் இன்றும் இரவு நேரங்களில் தமிழகத்தின் எங்கோ ஒரு மூலையில் ஒலித்துக் கொண்டிருக்கின்றன. குறிப்பாக 'சாரதா' படத்தில் வரும் 'மெல்ல மெல்ல' பாடலில் 'அள்ளி அள்ளி அணைக்கத் தாவுமே..' என டி.எம்.எஸ் பாடுவது பரம சுகமான சுத்த தன்யாசி. அடுத்து விஸ்வநாதன் ராமமூர்த்தியின் 'கர்ணனை'யும், 'பலே பாண்டியாவையும்' எப்படி மறக்க முடியும்? கர்ணன் படத்தில் எல்லா பாடல்களுமே ஜீராவில் தோய்த்த ஜாமூன் என்றாலும் 'அந்த கண்கள் எங்கே' நம்மை வேறொரு உலகத்திற்கு அழைத்துச் செல்லும்! தேவிகா தன் தோழிகளுடன் பாடும் காதல் ஏக்கப் பாடலில் அந்த ராகத்தின் அத்தனை அழகுகளும் அணிவகுத்து வரும். சுசீலாவின் பாடலோடு இழைந்து ஓடி வரும் ஹம்மிங், நடு நடுவே வரும் வட இந்திய இசை வாத்தியங்களின் அட்டகாசம், கண்ணதாசனின் காவிய வரிகள் எதை சொல்வது? எதை விடுவது? பலே பாண்டியாவின் 'நீயே உனக்கு என்றும் நிகரானவன்' மற்றொரு அம்சமான சுத்த தன்யாசி என்றாலும் எம்.ஆர்.ராதா சொல்லும் புகழ்பெற்ற கொன்னக்கோல் அந்த பாட்டின் தரத்தையே குலைத்துவிடுகிறது என்பது என் கருத்து. பலர் ராதா அமர்க்களப்படுத்தும் அந்த 'மாமா.. மாப்பிளே'வை இன்றும் ரசிக்கிறார்கள் என்பது உண்மை. ஆனால் சிறப்பான ஒரு சாஹித்தியத்தின் குறுக்கே எதற்கு அந்தக் கேலிக் கூத்து? 'படகோட்டி'யின் 'தொட்டால் பூ மலரும்' டூயட்டில் டி.எம். எஸ், சுசிலாவின் குரலிலேயே இளமை பூத்து குலுங்கும். பின்னணி இசையில் வரும் மணி ஒலி இப்போதும் புதுமையாக இருக்கும்! எம்.எஸ்.வி.யின் 'அவளுக்கென்று ஒரு மனம்' படத்தில்

'உன்னிடத்தில் என்னை கொடுத்தேன்' ஜானகிக்கு பெயர் பெற்று தந்த பாடல்! 'திருப்பரங்குன்றத்தில் நீ சிரித்தால்...' என்றொரு பாடல் நினைவிருக்கிறதா? பி. சுசீலாவுடன் சூலமங்கலம் ராஜலட்சுமியும் பாடியிருப்பார். குன்னக்குடி வைத்தியநாதனின் மிக இனிமையான பாடல்.

இந்த ராகத்தில் தனிக்காட்டு ராஜ்ஜியம் நடத்தியுள்ள இளையராஜாவின் பாடல்களுக்கு வந்தால் நமக்கு முதலில் மலைப்பே மிஞ்சும். ஒவ்வொன்றும் ஒவ்வொரு விதத்தில் உயர்வானவை. 'மாஞ்சோலை கிளிதானோ', 'சிறு பொன்மணி அசையும்', 'வா பொன்மயிலே', 'நதியோரம்', 'ஆயிரம் மலர்களே மலருங்கள்', 'பொத்தி வச்ச மல்லிகை மொட்டு', 'வராது வந்த நாயகன்', 'மாலையில் யாரோ மனதோடு பேச', 'செம்பூவே பூவே', 'நிற்பதுவே நடப்பதுவே', 'புஞ்சை உண்டு.. நஞ்சை உண்டு', 'விழியில் விழுந்து இதயம் நுழைந்து..' என அடுக்கிக் கொண்டே போகலாம். இன்னும் நிறைய மிச்சமுள்ளன. இந்தப் பாடல்களில் சுத்த தன்யாசியோடு அந்நிய ஸ்வரங்களையும் கலந்துள்ளார் ராஜா. அப்போது 'கிளாசிகல்' வாசனை குறைந்து அவர் விரும்பும் கிராமிய மனமும் சேரும் என்ற சூட்சுமத்தை அறிந்த உன்னத கலைஞன் அவர். பொதுவாக ராஜாவின் 1980, 90கள் பாடல்களைக் கேட்கிறபோது, நமக்கு இனம் புரியாத ஒரு உணர்வை ஏற்படுத்திவிடும்! இளம் வயதில் அண்ணன் தங்கைகளோடு விளையாடிய நாட்கள், கல்லூரி காலத்து முதல் காதல், தீபாவளிக்கு அப்பா வாங்கி வந்த புதுத் துணி, பட்டாசு, பிரிந்து போன தோழி, கல்லூரி சுற்றுப் பயணம்... இப்படி எத்தனையோ நெகிழ்வான சம்பவங்களை திரும்பக் கொண்டு வந்து மனதை பிசைந்து விடும் சக்தி ராஜாவின் ட்யூன்களுக்கு உண்டு.

அப்படி என்னை இப்போதும் பாடாய் படுத்தும் பாடல்களில் ஒன்று 'ஆயிரம் மலர்களே.. மலருங்கள்..' மகிழ்ச்சியான சுத்த தன்யாசியில் ஒரு மெல்லிய சோகத்தை இழையவிட்டிருப்பார். 'என் பாட்டும் உன் பாட்டும் ஒன்றல்லவா' என்று முதல் சரணத்தில் ஜென்சி, கொஞ்சும் ஒரு இடம் போதுமே! உமா ரமணன், ஜென்சி, சைலஜா, சசிரேகா, ஸ்வர்ணலதா போன்றவர்கள் ராஜாவுக்கு கிடைத்த கொம்புத் தேன் குரல்கள். அவர்கள் ராஜாவின் இசை சோகங்களுக்கு உயிர் தந்தவர்கள். 'சிறு பொன்மணி அசையும், அதில் தெறிக்கும் புது இசையும்..' என்று ஆரம்பித்து அந்த

நீண்ட பல்லவியை ஒரே மூச்சில் ஜானகி பாடுவதும், பின் இளையராஜாவின் குரல் தொடர்வதும் தனியாக ஆள் அரவமற்ற பூந்தோட்டத்தில் பறவைகளோடு கேட்டு லயிக்க வேண்டிய அற்புதம். வாத்தியங்கள் பாட்டோடு முத்தமிட்டபடி ஓடி வரும் அழகை எழுதுவது சுலபமல்ல. இசை ஞானியின் சாகாவரம் பெற்ற பாடல்களில் மகுடம் வைத்தாற் போன்ற மற்றொரு பாடல் 'மாலையில் யாரோ மனதோடு பேச..'. எடுத்த எடுப்பிலேயே புல்லாங்குழல் பாட்டின் உணர்வை உடனே சொல்லிவிடும். அப்புறம் அந்த இயற்கை தாலாட்டும் சோலையில் பானுப்ரியாவும், காட்சிக்கு பின்னே ஸ்வர்ணலதாவும் நம்மை மயக்க நிலைக்கு கொண்டு போய்விடுவார்கள். 'நெஞ்சமே பாட்டெழுது... அதில் நாயகன் பேர் எழுது' என்று ஸ்வர்ணலதா ராகத்தின் மேல் ஸ்தாயியை தொடும்போது, இந்தப் பெண்ணுக்கு திருஷ்டி பட்டுவிட்டதோ என்று கூட எண்ண தோன்றும்! பெரிய ரவுண்ட் வந்திருக்க வேண்டியவர். 'பொத்தி வச்ச மல்லிகை மொட்டு' பாட்டில் ரிதத்தில் ராஜா சடுகுடு ஆடியிருப்பார்! இசை ஞானியின் இசைக் கதையைப் பற்றி பேசினால் வெளியே வர அவ்வளவு சுலபத்தில் முடியாது.

வித்யாசாகரின் மெலடிகளில் நிறைய கர்நாடக சங்கீதத்தின் தாக்கம் இருக்கும். அவருக்கு இன்னமும் வாய்ப்புக்கள் தந்திருக்கவேண்டும் கோடம்பாக்கம். 'தவசி' படத்தில் 'தந்தன தந்தன தை மாதம்' பிரமாதமான சுத்த தன்யாசி. ஜேசுதாஸும், சாதனா சர்க்கமும் பரம சுகமாக பாடியிருப்பார்கள். கேப்டன் ரசிகர்களுக்கு விருந்து வைத்த பாட்டு! ஜோதிகா அமர்க்களமாக ஆட்டம் போடும் 'திருமண மலர்கள் தருவாயா' பாடலில் ஸ்வர்ணலதா குரல் நம்மை என்னமோ செய்துவிடும். 'தினம் ஒரு கனியை தருவாயா... வீட்டுக்குள் நான் வைத்த மாதுளை' என்று ஏகாந்தமாக இழுக்கும்போது அங்கே சந்தோஷம் கொப்பளிக்கும். பொருத்தமான ராகத்தை தேர்ந்தெடுக்கும்போதுதான் அந்த உணர்வை கொண்டு வரமுடியும். 'ரன்' படத்தின் 'மின்சாரம் என் மீது பாய்கின்றதே...' பாட்டில், ஹரிஷ் ராகவேந்திரா பல்லவியை மேல் ஸ்தாயியில் துவங்கும் போது சாதனா சர்க்கம் கீழே *(Base)* பதில் தருவது அருமை. நல்ல கிரியேட்டிவிட்டி!

'நியூ' படத்தில் 'தொட்டால் பூ மலரும்' பாடலுக்கு புது வர்ணம் பூசியிருப்பார் ஏ.ஆர். ரஹ்மான். ஓ.கே. என்றாலும் எம்.ஜி.ஆரின் பழையது நம் காதுக்குள்ளேயே உட்கார்ந்து விட்டதே! இசைப்புயலின் மற்ற சில இந்த ராகப் பாடல்கள் ஏனோ மனதை தொடவில்லை.

தேவா 'நினைத்தேன் வந்தாய்' படத்தில் 'மல்லிகையே மல்லிகையே' என்றொரு பாடலில் ஜமாய்த்திருப்பார். தேவயானியும், ரம்பாவும் தோட்டத்தில் பாவாடை தாவணியில் உற்சாகமக ஓடி வர, முன்பு ஆட்டுக்குட்டி துள்ளிக் குதித்து வர, வயலின் கிராமிய மணத்துடன் சுத்த தன்யாசியை கொண்டு வர, அனுராதா ஸ்ரீராமும், சித்ராவும் இளமை ததும்பும் குறும்போடு ஒருவரை ஒருவர் சீண்டும் தொனியில் பாடலை அமைத்திருப்பார் தேவா. அதே படத்தில் 'உனை நினைத்து நான் எனை மறப்பது அது தான் அன்பே... காதல் காதல்' பாடலில் 'மல்லிகையே' பாடலின் சந்தோஷத்தை சோகமாக்கியிருப்பார். 'அழகா கள்ளழகா' தேவாவின் இன்னொரு தேவ கானம்! பாட்டு நெடுக தபேலா ரகளை செய்யும் என்றால் அம்சமாக ஜதிகளையும் வைத்திருப்பார். 'வேதம் புதிது' படத்தில் தேவேந்திரனின் 'மந்திரம் சொன்னேன் வந்துவிடு', கீரவாணியின் 'யா யா யாதவா', சிற்பியின் 'யார் இந்த தேவதை', இமானின் 'கண்ணுக்குள் ஏதோ' என இந்த ராகத்தில் இன்னும் பல இசையமைப்பாளர்கள் கௌரவமான படைப்புகளை தந்துள்ளனர். ஆனால் 1980, 90களில் ராஜா நடத்திய அந்த களேபரத்தை பிறகு கேட்க முடியவில்லை... அவரிடமே!

5. ஆனந்த பைரவி

ஓர் கல்யாண ஹாலுக்கு சற்று சீக்கிரமாகவே நீங்கள் போயிருந்தால் இந்தப் பாடலை ஆனந்தமாக கேட்காமல் உள்ளே நுழைந்திருக்க முடியாது. மாப்பிள்ளையும் பெண்ணும் சந்தோஷத்தின் உச்சத்தில் பூ கட்டிய ஊஞ்சலில் அமர்ந்திருக்க, சுற்றிலும் பட்டுப்புடவைகளும், ஜரிகை வேட்டிகளும் பரபரக்க, கேமராக்காரர்கள் கோணம் புரியாமல் தவிக்க, காமாட்சி விளக்குகள், வெள்ளி பாத்திர வகையறாக்களை இளம்பெண்கள் எடுத்துக்கொண்டு உள்ளிருந்து கூட்டத்தை லாவகமாக விலக்கியபடி வெளியே வர, மொபைல் பையன்கள் ஸ்டூலில் ஏறி தடுமாறி விழ... எங்கிருந்தோ ஒரு வைர மூக்குத்தியின் குரல் அந்த இடத்தின் களேபரத்தை கொஞ்சம் கட்டுப்படுத்தும்...

"கன்னூஞ்சல் ஆடி இருந்தாள்
காஞ்சன மாலை மன மகிழ்ந்தாள்...
பொன்னூஞ்சலில் பூரித்து
பூஷனங்கள் தரித்து
ஈஸ்வரனாரிடத்தில் ஆசைகள் ரொம்ப வைத்து... கன்னூஞ்சல்"
"உத்தமி பெற்ற குமாரி
நித்ய சர்வ அலங்காரி
பக்தர்கள் பாப சமாரி
பத்ம முக ஒய்யாரி... கன்னூஞ்சல்..."

-இப்படிப் போகும் அந்த ஊஞ்சல் பாட்டு, சுத்தமான அக்மார்க் ஆனந்த பைரவி. இந்த கொரோனா வேதனையில், அவரவர்களுக்கு தங்கள் கல்யாண கோலமும் நினைவுக்கு வரட்டுமே என ஒரு சரணமும் சேர்த்து எழுதினேன். இன்னும் இரண்டு சரணங்கள்

உள்ளன. 'அசைந்து சங்கிலி ஆட, உசந்து ஊர்வசி பாட...' சரணத்தில் ஆ. பைரவி அசைந்து ஆடும் அழகை வர்ணிக்க என்னிடம் எழுத்து இல்லை. பை தி வே, மதுரையில் மீனாட்சியம்மன் சன்னதிக்கு போகிறவர்கள் பக்கத்தில் பத்து மீட்டர் தூரத்தில் இருக்கும் அவர் அம்மா காஞ்சனமாலையின் கோயிலுக்கு ஏன் போவதில்லை?

பல கல்யாண வீடுகளில் இந்த பாடலை பாடிப் பாடியே சில மடிசார்கள் சுதா ரகுநாதன் தரத்திற்கு 'கன்னூஞ்சலை' பாடுவார்கள் என்றாள், எத்தனை பாடியிருந்தாலும் மீண்டும் ஈனஸ்வரத்தில் பாடி அருகில் உள்ள நாயனாக்காரர்கள் தலையை உலுக்கிக் கொள்ளும் அளவிற்கு ஹிம்சை பண்ணும் 'ஞான' பெண்மணிகளும் உண்டு. அங்கே அந்த 'ஸ்பிரிட்' தான் முக்கியம். ஆசை தீர பெண்கள் பாடி முடித்தபின், வழக்கமாக நாதஸ்வரக்காரர்கள் அனாயசமாக ஆனந்த பைரவியை ஒரு கை பார்ப்பார்கள். வாத்தியத்தில் இன்னும் தேனாக இனிக்கும் இந்த ராகம். சென்னையில் நடந்த ஜட்ஜ் முத்துசுவாமி ஐயர் குடும்பத்தைச் சேர்ந்த ஒரு திருமணத்திற்கு எம்.எஸ். சுப்புலட்சுமி கன்னூஞ்சல் பாடியுள்ளார். அதற்கு பின் நாதஸ்வரம் வாசித்தவர்கள் செம்பனார்கோயில் நாதஸ்வர மேதைகள் எஸ்.ஆர். ஜி. சம்பந்தம், எஸ்.ஆர்.ஜி. ராஜண்ணா. அந்த மறக்க முடியாத அனுபவத்தை ராஜண்ணா ஒருமுறை என்னிடம் கூறியுள்ளார். "நாங்க வாசிச்ச 'கன்னூஞ்சலையும் ரசித்து கேட்டுவிட்டுதான் உள்ளே போனார் எம்.எஸ். என்றார் பரவசத்துடன்.

இந்த ராகத்தின் பெயரிலேயே ஆனந்தமுள்ளது. ரத்த அழுத்தத்தை கட்டுப்படுத்தும் சக்தி இதற்கு உண்டு என சங்கீத ஆராய்ச்சியாளர்கள் ஒப்புக் கொண்டுள்ளனர். இந்த ராகத்தையும், ரீதி கௌளை (சின்ன கண்ணன் அழைக்கிறான்) ராகத்தையும் இழுத்து பொறுமையாக பாடினால் (சங்கீத பாஷையில் சவுக்க காலம்). மாயவரம் காளியாகுடி அல்வா தொண்டையில் இறங்குவது போல அவ்வளவு சுகமாக இருக்கும். அப்படி அனுபவித்து பாட தெரியாவிட்டால் இதை பாடாமல் இருப்பது உத்தமம். காரணம் அது ராக துரோகம்.. ராஜ துரோகம் போல!

ஓகே... கல்யாண கதையிலிருந்து 'கர்ணன்' கதைக்கு மாறலாம். 'போய் வா மகளே போய் வா... கண்ணில் புன்னகை சுமந்து போய்வா' என்று பாடி துரியோதனின் மனைவி பானுமதியாக வரும்

சாவித்திரி, கர்ணன் மனைவி சுபாங்கி தேவிகாவை வழியனுப்ப, கர்ணான சிவாஜி சற்று தொலைவிலிருந்து பெருமிதத்துடன் கவனிப்பார். அருமையான அரண்மனை காட்சி அது. பிறந்த வீடு போகும் ஒரு பெண்ணை, தாய் ஸ்தானத்தில் இருந்து வழி அனுப்பும் போது கவியரசர் கண்ணதாசனின் அந்த கனிவான வரிகள், ராகத்தில் அம்சமாக உட்காரும். மெல்லிசை மன்னர்கள் விஸ்வநாதன் ராமமூர்த்தியின் மனங்களில் இந்த ராகம் எவ்வளவு ஊறியிருந்தால் இப்படியொரு மெலடியை தரமுடியும்!

'நல் வாழ்வு நாம் வாழ வரம் வேண்டும்' என்று பி. சுசிலா 'வீட்டுக்கு வீடு' படத்தில் பாடுவது தரமான ஆ. பைரவி என்றால், டி.எம்.எஸ்ஸுடன் அவர் இணைந்து பாடும் 'ஆகாயப் பந்தலிலே..'யில் ராகத்தை ஓரளவு தொட்டு விட்டு நகர்ந்து உள்ளார் எம்.எஸ்.வி. அது ஒரு வகை சாமர்த்தியம். டூயட்டில் போய் கச்சேரி பண்ணி விடக்கூடாது என்று நினைத்துள்ளார். எம்.எஸ்.வி. அந்தக் காலத்தில் இசையில் இப்படி செய்துள்ள சுவாரஸ்யங்களை சொல்லி மாளாது. சாம்பிளுக்கு இரண்டு. அது ஆர்.எம். வீரப்பனின் 'காவல்காரன்' படத்தில் 'காது கொடுத்து கேட்பேன்... அது குவா குவா சப்தம்' என்றொரு டி.எம்.எஸ்ஸின் ஜாலி பாட்டின் இறுதியில் எதிர்பாராத விதமாக இந்த ராகத்தை பரிசுத்தமாக கொண்டு வந்திருப்பார். சற்று கவனித்தால் தான் அது புரியும். எம்.ஜி.ஆர். ஜெயலலிதாவை பார்த்துப் பாடும் பாடல். அதாவது கணவன், தாய்மை பருவத்திலிருக்கும் மனைவியை ரசிக்கும் வாலியின் பாடல்! பல்லவியும், முதல் சரணமும் வேறு ஒரு ராகத்தில் கலப்பிசையாக போகும். இரண்டாவது சரணத்தில் சட்டென்று பாட்டின் போக்கும், இசையும், வாத்திய கருவிகளின் ஒலியும் மாறும். புல்லாங்குழல் ஆ. பைரவியை தாலாட்டும். 'ஓராம் மாசம் உடல் அது தளரும், ஈராம் மாசம் இடை அது மெலியும்..' என்று கர்ப்பிணிகளுக்கு மாதா மாதம் உடலில் ஏற்படும் மாற்றங்களை ஆ. பைரவியில் பாடிக் கொண்டே வரும் டி.எம்.எஸ். 'மசக்கையினாலே...' என்று மேல் பஞ்சமத்தை தொட்டு 'அடிக்கடி மயக்கம்" என்று இழுக்கும் இடம் அசாத்தியமானது. டி.எம்.எஸ். பாடும் அந்த சரணம் நாரதகான சபாவில் சஞ்சய் சுப்ரமணியன், அபிஷேக் ரகுராம் போன்றவர்கள் பாடும் ஆனந்த பைரவிக்கு

துளியும் குறைவில்லாதது. என்ன... வார்த்தைகள் சாஸ்த்ரிய மேடைக்கு சற்று கொச்சை!

இதே ஆ. பைரவியை சோகத்தில் இழைத்து நம்மை உருக வைக்கும் சாமர்த்தியமும் மெல்லிசை மன்னருக்கு உண்டு. 1973ம் வருடம் வெளிவந்த 'ஸ்கூல் மாஸ்டர்' படத்தில் வயசான சௌகார் ஜானகியும், ஜெமினி கணேசனும் 'உனக்கு இனி நான் எனக்கு நீ' என்று வாழ்வின் விளிம்புக்கு வந்து விடும் காட்சி... 'தன்னந் தனிமையிலே உடல் தள்ளாத வயதிலே' என்று சுசிலா பாடும்போது ஆ. பைரவி அங்கே முகாரியாகும்! 'பெற்ற பிள்ளை மறந்தாலும் நான் பிள்ளை போல் வளர்ந்திருப்பேன்' என்ற கண்ணதாசனின் வரிகளில் ராகத்தை குழைத்து கலங்க வைத்திருப்பார் எம்.எஸ்.வி.

கே.வி. மகாதேவன் 'ஆதி பராசக்தி'யில் இந்த ராகத்தை பிழிந்திருப்பார். 'கிளாசிகலை' அப்படியே தந்து ஹிட் பண்ண முடியும் என்று பல பாடல்களில் நிரூபித்தவர். 'நான் ஆட்சி செய்து வரும் நான் மாடக் கூடலில் மீனாட்சி என்ற பெயர் எனக்கு...' என்ற பல்லவியின் முதல் வரியிலேயே ராகத்தின் முழு லட்சணத்தையும் கொண்டு வந்த மேதை அவர். அதே பாட்டின் சரணத்தில் 'சாமா' ராகத்திற்கும் போய் வருவார் சுசீலா. அப்படி சில சமயங்களில் ராகமாலிகையாக பாடல்களை அமைத்து 'ஃப்ரூட் சலாட்' போல் ருசியாய் தருவதை அந்தக் கால இசை மன்னர்கள் விரும்பினார்கள். அவர்கள் சரக்கு அப்படி.. மனோ தர்மம் அப்படி!

'ஆசை' படத்தில் வரும் 'கொஞ்ச நாள் பொறு தலைவா' பாடல் தேவாவின் அமர்க்கள மிரட்டல். இந்த ராகத்தை ஜனரஞ்சகப்படுத்தி இப்படியொரு கலாட்டா பாடலை போட முடியுமா..' என வியக்க வைத்திருப்பார். இத்தனைக்கும் பாடலின் பெரும் பகுதியில் ராகத்தின் ஜீவன் கெடாமலும் பார்த்துக் கொண்டிருப்பார். அது பெரிய சவால்! 'செங்குருவி செங்குருவி காரமட செங்குருவி' தேவாவின் மற்றொரு சிறப்பான கற்பனை. பாட்டுக்கு முன் எஸ்.பி. பாலசுப்ரமணியம் 'சிறுவாணி தண்ணி போல் சிளு சிளுன்னு சிரித்திருக்கும்' என விருத்தம் போல ஆரம்பிப்பார் அழகான, ஆனந்த பைரவியில்! தேவா மூச்சுவிட நேரமின்றி இயங்கிக் கொண்டிருந்த 'அண்ணாமலை' காலத்தில் அவரிடம் பேசியுள்ளேன். "எத்தனையோ வெரைட்டியான ராகங்களில்

டுயட் போட ஆசைதான். புது முயற்சி எடுத்தாலே 'அண்ணே கிளாஸிகலா இருக்கு' என்று சில டைரக்டர்கள், தயாரிப்பாளர்கள் மறுத்து விடுகிறார்கள். அப்படியும் முடிந்தவரை கர்நாடிக்கை கொண்டு வர்றேன்' என்று என்னிடம் பிரசாத் ஸ்டுடியோவில் வருத்தப்பட்டுள்ளார். 'அப்படின்னா 'கிளாஸிகல்' என்பது சினிமாவில் இப்போது கெட்ட வார்த்தையா?' என்பேன். காபி டம்ளரை கீழே வைத்து விட்டு குபீர் என சிரிப்பார்!

இளையராஜாவின் இசையில் 'ஸ்ரீராகவேந்திரர்' படத்தில் பலர் கவனிக்கத் தவறிய சுகமான ஆ. பைரவி 'பார்த்தாலே தெரியாதா நேக்கு'. பாட்டு ஹிட்டாகாவிட்டாலும் நல்ல கற்பனை. 'முதலிரவு முடிந்து, குளத்தில் தண்ணீர் எடுக்க குடத்துடன் வரும் லட்சுமியை மனோரமாவும் மற்ற அக்கம்பக்கத்து கிராமத்து தோழிகளும் பிடித்துக் கொண்டு கிண்டலாக பாடும் பாடல்! மனோரமாவின் குரலில் அந்த ராகம் வேறு மாதிரியான ஒரு ருசியை காட்டும்! அவர் ஒரு பிறவி நடிகை மட்டுமல்ல. பிறவி பாடகி கூட. முறையாக இந்தப் பக்கம் வந்திருந்தால் கே.பி.எஸ்., எம்.எல்.வி. போல உயர்ந்த இடத்தை அடைந்திருக்கலாம்! ஆனால் சினிமா ஒரு பொம்பளை சிவாஜியை இழந்திருக்குமே என்று நீங்கள் சொன்னால் அதுவும் உண்மை.

இளையராஜா சுத்த தன்யாசி, இந்தோளம், காப்பி, மோகனம் போன்ற சில ராகங்களில் அமைத்த ட்யூன்கள் அளவிற்கு ஆனந்த பைரவியை பயன்படுத்தவில்லை என்பது என் எண்ணம். அதற்கு காட்சி அமையனும்... டைரக்டர், தயாரிப்பாளர் வகையறாக்களுக்கு பிடிக்கணும். சினிமாவில் ஒரு நல்ல ட்யூன் பல முட்டுக்கட்டைகளை தாண்டனுமே! 'இனிய உறவு பூத்தது' படத்தில் 'சிட்டு போலே முத்துப் போலே பிள்ளை வரப்போறான் தொட்டில் மேலே' என்று ஒரு பாட்டை ஆ. பைரவியில் போட்டிருப்பார் ராஜா. வளைகாப்பு மேடையில் உட்கார்ந்திருக்கும் நதியாவை சுற்றி தோழிகள் கலாய்க்கும் பாடலாக இருக்கும். ராகத்தில் எந்த நாகாசு வேலையிலும் ஈடுபடாமல் அப்படியே சித்ராவை பாட வைத்திருப்பார். காதுகளுக்கு ரம்மியமாக இருக்கும். வித்தியாசமாக செய்வதைவிட சம்பிரதாயமாக பாடுவதே அந்த இடத்தில் பொருத்தமாக இருக்கும் என்று உணர்ந்தால் அதே போல் விட்டு விடுவதே உத்தமம்! எல்லா சமயங்களிலும் ஒரு படைப்பாளிக்கு

வித்தியாச நோய் வந்துவிடக் கூடாது! அது ஞானமானவர்களை முகம் சுளிக்க வைக்கும்.

இந்த ராகத்தில் இசைப்புயல் ஏ.ஆர். ரஹ்மான் சில மறக்க முடியாத பாடல்களை தந்துள்ளார். 'டூயட்' படத்தில் இந்த கலைஞனிடம் ஒளிந்திருக்கும் சாஸ்திரிய சங்கீத ஞானம் அபாரமாக வெளிப்படும். தவிர, இசையில் தோய்ந்த இயக்குநர் கே பாலச்சந்தர் படமாயிற்றே! இரண்டு இசை ஆளுமைகள் சேரும்போது சொல்லவா வேண்டும்! போதாதற்கு கத்ரி கோபால்நாத்தின் சாக்ஸ்! பாட்டு நெடுக ஆ. பைரவியை அங்குலம் அங்குலமாக ரசித்து வாசித்திருப்பார் அந்த சாக்ஸ் மேதை. ஒவ்வொன்றும் அழகான பிடிகள்! எஸ்.பி.பி.யின் பாடல் அதற்கு அழகாக வழிவிடும். கத்ரியின் சில கச்சேரிக்குப் போய் அதில் கவரப்பட்டு உருவானதே டூயட் கதை என்று டைரக்டரே சொல்லியிருக்கிறார்.

மங்களூருக்கு செல்பவர்கள் ஊரின் நடுநாயகமாக இருக்கும் மங்களாதேவியை தரிசித்து விட்டு நேராக கத்ரிக்கு செல்வது வழக்கம். சரியாக அங்கிருந்து ஐந்து கிலோ மீட்டர் தூரம்! கத்ரியிலுள்ள மஞ்சுநாதர் கோவிலில் நுழைந்தால் அந்த குளிர்ச்சி நம்மை ஆச்சரியப்படுத்தும். வருடம் பூராவும் கொட்டும் நீருற்று அங்குள்ளது. அந்த கோயில் பக்கத்திலேயே கோபால்நாத்தின் பூர்வீக வீடு! நான் போயிருந்த போது அவர் இல்லை. சென்னை கோபாலபுரத்தில், அவரது பூஜை ரூமை விதவிதமாக பூ மாலைகளை குறுக்கும் நெடுக்கும் கட்டி பொறுமையாக அவர் அலங்கரிக்கும் அழகே தனி. தினசரி காலையில் மணிக்கணக்காக நடக்கும் இந்த அலங்காரத்தை செய்து கொண்டே பலமுறை என்னிடம் கன்னடத் தமிழில் பேசியிருக்கிறார்! டூயட் புகழ் பற்றி கேட்டால் 'எல்லாம் மஞ்சுநாதரின் அருள்' என்பார் ஒரே வரியில்.

'அன்பென்ற மழையிலே அகிலங்கள் நனையவே அதிரூபன் தோன்றினானே...' என்று அனுராதா ஸ்ரீராம் பரவசத்தோடு இழுக்கும்போது மனது சட்டென பஞ்சு போல லேசாகிவிடும். 1997ம் ஆண்டு வெளிவந்த 'மின்சார கனவு' படத்தின் இயக்குனர் ராஜீவ் மேனனுக்கு ஆழ்ந்த சங்கீத ஞானம் உண்டு. டிசம்பர் சீசனில் அவ்வப்போது சபாக்களில் பார்த்திருக்கிறேன். இதை சொல்வதற்கு காரணம், டைரக்டரும் இசை அறிந்தவராக இருந்தால் தனக்கு என்ன

வேணும் என்று இசையமைப்பாளரிடம் கேட்டு வாங்க முடியும். கே.பி.யும் அப்படித்தான் பெற்றார். இசைப் பற்றி அடிப்படையே தெரியாத ஒரு இயக்குனர், மியூசிக் டைரக்டரின் எதிரே உட்கார்ந்து கொண்டு, “அண்ணே... அது மாதிரி சூப்பரா போடுங்க.. பசங்க எந்திரிச்சு ஆடணும்” என்றெல்லாம் பாமரத்தனமாக தெரிவித்தால் இசையமைப்பாளருக்கு எப்படி ஒரு உத்வேகமோ ஊக்கமோ வரும்? ‘வடசென்னை ‘கொட்டு’க்கு தானே வருவார்.’‘அன்பென்ற மழையிலே’ பாடலின் பின்னணியில் கலகல மணியோசை மட்டுமே இருக்கும். மற்ற வாத்யக் கருவிகள் பாட்டை அமுக்கிவிடக் கூடாது என்ற உணர்வு ரஹ்மானிடம் இருந்துள்ளது. அனுராதா பாடிய சிறந்த பாடல்களில் ஒன்று என சொல்லலாம்! வைரமுத்துவின் ஆத்மார்த்த வரிகள் பாட்டின் இன்னொரு பிளஸ் பாயிண்ட்!

‘தீம் தனனா தீம் தனனா... நதியே நதியே’ என்று துவங்கும் ‘ரிதம்’ பாடலில் ஆ. பைரவியை சற்று ஜனரஞ்சகமாக, ரொம்ப கிளாசிகலாக போகாமல் கையாண்டிருப்பார் ரஹ்மான். ‘நதியே நதியே காதல் நதியே நீயும் பெண்தானே’ என்று மேலே போகிற இடத்தில் உன்னிமேனனின் குரலிலேயே காதல் பொங்கும். ஆங்காங்கே வயலினும், தவிலும் வந்து சேர்வது பொருத்தமாக இருக்கும்! இப்படத்தின் இயக்குனர் வசந்தும் இசை புரிந்தவர். கே.பி.யின் சிஷ்யராயிற்றே! ஆக, இப்படி இசையான ஜோடி சேரும்போதெல்லாம் நல்ல மெலடி தானே வரும்! ஷங்கரின் ‘டெலிபோன் மணி போல் சிரிப்பவள் இவளா’ பாடலில் இரண்டு சரணத்திலும் ஆ. பைரவியை ஜோராக கொண்டு வந்திருக்கும் ரஹ்மான் பல்லவியில் சட்டென தடம் மாறியிருப்பார். அது ஒரு சுவாரஸ்ய கற்பனை!

கௌதம் மேனனின் ‘வேட்டையாடு விளையாடு’ படத்தில் ‘பார்த்த முதல் நாளே’ டூயட்டை நினைவுபடுத்திக் கொள்ளுங்கள். கமல், புதுமுகம் கமாலினி முகர்ஜியுடன் பைக்கில் ஏகாந்தமாக செல்லும்போது மிதப்பது போல வரும் பாம்பே ஜெயஸ்ரீயின் தேன் தடவிய குரலில் ஆ. பைரவி அன்பாக தாலாட்டும். இசையுலகத்திற்கு கிடைத்த எது மாதிரியும் இல்லாத புது மாதிரி குரல். அபார ஸ்ருதி சுத்தம். ‘உயிரே.. உயிரே நினது பெருமை யாருக்குத் தெரியும்? நீ கண் கண்ட தெய்வம்... எல்லா விதிகளும் நின்னால் அமைந்தன... எல்லா விதிகளும் நின்னால் அழிந்தன...’ என்றொரு மகாகவி

பாரதியின் தத்துவார்த்த பாடலை ஜெயஸ்ரீயின் குரலில் கேட்டுப் பாருங்கள். அந்த ரேவதி உங்கள் கண்களை ஈரமாக்கிவிடும். சரி, ஜெயராஜுக்கு திரும்புவோம். ஜெயஸ்ரீயும், உன்னிமேனனும் பாடுகிறபோது ஆ. பைரவியை இப்படியும் இதமாக கையாள முடியுமா என்று தோன்றும். வழக்கமாக ஹாரிஸ் பாடல்களில் ஒரு 'தேவாலய *choir*' நெடி அடிக்கும். இதில் அந்த வாடை இல்லை என்பது ஆறுதல்! 'இது கதிரவன் கதை'யில் 'அன்பே அன்பே', 'சாமி'யில் 'ஐயய்யோ புடிச்சிருக்கு' ஆகியவை இந்த ராக சாயலில் அமைந்தவை. 'ஐயய்யோ' மஹதிக்குப் பெயர் பெற்றுத் தந்த பாடல்! யுவன் சங்கர் ராஜா 'பூவெல்லாம் கேட்டுப்பார்' படத்தில் 'சுடிதார் அணிந்து வந்த சொர்க்கமே' என்றொரு அழகான டூயட்டில் இந்த ராகத்தை சற்று புதுவிதமாக தந்திருப்பார். ஹரிஹரனும், சாதனா சர்க்கமும் 'எனர்ஜி'யோடு பாடியிருப்பார்கள். பின்னணி இசை மாறிக்கொண்டே இருக்கும். யுவன் இவ்வளவு தானோ என நீங்கள் முடிவு கட்டும்போதெல்லாம் அவர் ஆச்சரியம் தருவார்.

ஆனந்த பைரவி ரொம்பப் பழமையான ராகம் என சொல்லப்படுவதுண்டு. நடபைரவி என்ற ராகத்திலிருந்து பிறந்த இதற்கு ஆரோகணமும் ஏழு ஸ்வரங்கள் அவரோகணமும் ஏழு ஸ்வரங்கள் என்பதால் இதை சம்பூர்ண ராகம் என்பர். அதே சமயம் மேலே செல்லும்போது ஒரே ஸ்வரம் இரு முறை வருவதால் சம்பூர்ணமாக கருத முடியாது என்பவர்களும் உண்டு. இந்த ராகத்தை நாட்டுப்புற இசையில் நிறைய பயன்படுத்தியுள்ளனர். வக்ர பிரயோகங்களுக்கு இடம் தரும் ராகம் என்றெல்லாம் ஆரம்பித்தால் உங்கள் பொறுமை போய்விடும்!

கோயில் விசேஷங்களின் போது மைக்கை கட்டியவுடன் 'கற்பக வள்ளி நின் பொற்பதங்கள் பிடித்தேன்' என்று டி.எம். எஸ். உருகுவாரே.. அந்தப் பாடலின் பல்லவி இதே ராகம். அப்புறம் சரணங்களில் ராகங்கள் மாறும்! சங்கீத மும்மூர்த்திகளில் ஒருவரான சியாமா சாஸ்திரி, இந்த ராகத்தில் நிறைய கீர்த்தனைகள் அமைத்துள்ளார். அவரது 'மரிவேர கதி', 'ஓ.. ஜகதம்பா', இசையுலகத்தில் தலைமுறை தலைமுறையாக பாடப்படுபவை. பாபநாசம் சிவனின் 'சிங்காரவேலன் வந்தான்', அன்னமய்யாவின் 'ராமபத்ர ரகுவீர' உள்பட பலரின் கீர்த்தனைகள் இந்த ராகத்திற்கு அழகு சேர்க்கின்றன! காலஞ்சென்ற பாலமுரளி கிருஷ்ணா, தெலுங்கு

தேச மகான் பத்ராஜலம் ராமதாஸர் இயற்றிய 'பலுகே பங்கார மாயின' என்றொரு கிருதியை பல கச்சேரிகளில் பாடியுள்ளார். பிரமாதமான ஒரு கம்போஸிஷன்! நமது தியாகராஜருக்கு ஒப்பான அவருக்கு முன்பே வாழ்ந்த ஒரு ராம பக்தர் ராமதாஸர். 'உன் நாமத்தை இவ்வளவு தூரம் மறக்காமல் சொல்கிறேன், பதிலுக்கு நீ வாயை திறந்தால் பவுனா கொட்டிவிடும்?' என்று கோதண்டபாணியான ராமரைப் பார்த்து பொய்க் கோபத்துடன் கேட்கிறார் பத்ராஜலம் ராமதாஸர். பாலமுரளி இதை அனுபவித்து பாடும் போதெல்லாம் கைதட்டு பலமாக விழும்! அடுத்து ஒரு பாயசப் பாட்டு!

"ராம நாம பாயசகே
கிருஷ்ண நாம சக்கரே
விட்டல நாம துப்பவ கலசி
பாயி கப்பரிசிரோ..."

என்றொரு புரந்தர தாஸரின் கீர்த்தனையை ஆ. பைரவியில் பாடும்போது கன்னடக்காரர்கள் நெகிழ்ந்து போவார்கள். வேறொன்றுமில்லை... "ராமர் நாமம் பாயசம். அதில் கிருஷ்ணர் நாமாவான சர்க்கரையையும், விட்டலர் நாமாவான நெய்யை (துப்பா) சேர்த்து வாயில் போட்டு சப்பு கொட்டும்போது என்ன சுகம்..." என்கிறார் புரந்தர தாஸர். பெங்களூரிலிருந்தபோது பசவன்குடியில் நடந்த ஒரு சத்யநாராயணா பூஜைக்கு என் கன்னட நண்பர்கள் அழைத்திருந்தார்கள். அமர்க்கள பூஜை முடிந்து மதியம் இலை... திடீரென்று கச்சை கட்டியிருந்த ஒரு ஆசார பெண்மணி பரிமாறிக் கொண்டே 'ராம நாம பாயசகே..' என்று கணீரென்று ஆ. பைரவியை இழுத்தபோது, அது இலையிலிருந்த பாயசத்தைவிட இனித்தது. ஆரஞ்சு நிற புடவையில் வைலட் பார்டரில் மூக்குத்தி டாலடிக்க பளீச்சென்றிருந்தார். முப்பதை கடந்திருக்கலாம். முறையாக இசை கற்றவர் என புரிந்தது. ஆண்டுகள் உருண்டோடி விட்டாலும் இன்றும் சுதாவோ சௌமியாவோ யாராவது இந்தக் கீர்த்தனையை சபாக்களில் பாடினால் அந்தப் பசவன்குடி பைங்கிளி தான் என் நினைவுக்கு வருகிறார்.

6. இந்தோளம்

பச்சை மா மலைபோல் மேனி பவளவாய் கமலச் செங்கண்...
அச்சுதா அமரர் ஏறே ஆயர்தம் கொழுந்தே என்னும்...
இச்சுவை தவிர யான்போய் இந்திரலோகம் ஆளும்
அச்சுவை பெறினும் வேண்டேன்
அரங்கமா நகர் உளானே...'

'திருமால் பெருமை' படத்தில் அனந்த சயனத்திலிருக்கும் பெருமாளை பார்த்து தொண்டரடிப் பொடி ஆழ்வாராக வரும் சிவாஜி கையெடுத்து கும்பிட்டபடி பாவ பூர்வமாக பாடுவார். டி.எம்.எஸ். பின்னணியில் பாடுவது கூட நமக்கு சற்று மறந்து போகும்! நான் மிக இளம் வயதில் கேட்ட முதல் இந்தோளம் அதுவாகத்தான் இருக்க முடியும். இந்த பாசுரத்திற்கு வேறு ஏதேதோ ட்யூன்கள் வந்துவிட்டன என்றாலும், திரையுலக இசை மேதை கே.வி. மகாதேவன் அமைத்த இந்தோளத்தை நெருங்க எதனாலும் முடியவில்லை என்பதை இசையுலக அன்பர்கள் ஒப்புக் கொள்வார்கள். குறிப்பாக 'இச்சுவை தவிர யான்போய்' என்று டி.எம்.எஸ். மேலே போகிறபோது தெய்வீகமாக இருக்கும்! ஆபேரி, சுத்த தன்யாசி போன்று இந்த ராகத்திலும் சுலபமாக எல்லோரது மனதில் பதிந்து விடும் அளவிற்கு ஒரு வசியம் உண்டு என்பதால் நமது இசையமைப்பாளர்கள் ஏராளமான இந்தோள பாடல்களை திரையில் தந்துள்ளனர். அதிலும் தெலுங்கு தேச இசையமைப்பாளர்கள் ஆர்மோனியப் பெட்டி முன் உட்கார்ந்தாலே இதன் ஸ்வரஸ்தானங்களை அனிச்சையாக விரல்கள் அழுத்தும் அளவிற்கு போதையாகிப் போனவர்கள்! சாம்பிளுக்கு ஒன்று.

பழம்பெரும் ஜாம்பவான் ஆதி நாராயண ராவ் இசையமைத்த 'அடுத்த வீட்டுப் பெண்' படத்தில் 'கண்களும் கவி பாடுதே'..! திருச்சி லோகநாதனும், சீர்காழி கோவிந்தராஜனும் போட்டி போட்டுக்கொண்டு பாடும் இப்பாடலில் விறு விறுப்பான ஸ்வரங்களோடு ஐந்து நிமிடத்தில் ஒரு மினி கச்சேரியே செய்திருப் பார்கள்! இருவருமே முறையாக இசை கற்றவர்கள் என்பதால் பாட்டு அவ்வளவு சுகமாக இருக்கும். இந்த நல்ல பாட்டுக்கு படத்தில் டி.ஆர். ராமச்சந்திரன், கே.ஏ. தங்கவேலு கோஷ்டி அடிக்கும் லூட்டிதான் சற்று அதிகப்படியாக இருக்கும்.

காக்கிநாடாவைச் சேர்ந்த பி. ஆதி நாராயணராவ் இந்துஸ்தானி இசையை தென்னக திரை இசையில் அறிமுகப்படுத்தியதில் முக்கியமானவர். மியுஸிக் டைரக்டராக மட்டுமின்றி பல தெலுங்கு படங்களை தயாரித்தவர். 1950களிலிருந்து 1980 வரை தென்னக திரை இசையில் பெரிய ரவுண்டு வந்துள்ளார். 'அழைக்காதே.. நினைக்காதே..' என்று புகை மூட்டத்தில் அஞ்சலிதேவி தோழிகளோடு ஒரு சோகப் பாட்டு பாடுவது அறுபதை தாண்டிய வர்களுக்கு நிச்சயம் ஞாபகமிருக்கும். பி. சுசிலாவின் அருமையான பாடல்களில் ஒன்று எனலாம். இந்தோளத்தில் சோகத்தைப் பிழிந்திருக்கும் இப்பாடலுக்கும் இசை ஆதி நாராயண ராவ் தான்! படம் மணாளனே மங்கையின் பாக்கியம்.

'பச்சை மா மலைபோல் மேனி' என்று சுத்தமான இந்தோளத்தில் தந்த அதே மகாதேவன் தான் 'குமுதம்' படத்தில் 'என்னை விட்டு ஓடிப் போக முடியுமா' என்று சற்று ஜாலியான டூயட்டையும் தந்திருப்பார். சீர்காழி கோவிந்தராஜனும், சுசீலாவும் அந்த பாட்டின் சுவாரஸ்யத்தை புரிந்து கொண்டு மிக அழகாக பாடியிருப்பார்கள். அதே படத்தில் வரும் அந்த கால அற்புத குத்துப் பாட்டு 'மாமா மாமா மாமா' பாட்டு கூட இந்த ராகத்தின் சாயல் தான் என்றாலும் முழுமையாக ஏற்க முடியாது! இப்பாட்டு கரகாட்டக்காரர்களுக்கு வரப்பிரசாதம்.

1980களில் வெளிவந்த 'ராக பந்தங்கள்' என்ற படத்தை பலர் கேள்வி பட்டிருக்ககூட முடியாது. காரணம், வந்த சுவடு தெரியாமல் பெட்டிக்குள் போன படம். முற்றிலும் புதுமுகங்களை கொண்டு எடுக்கப்பட்ட இதன் இசை குன்னக்குடி வைத்தியநாதன். சில

சமயங்களில் நட்புக்காக இப்படிப்பட்ட 'உப்புமா' படங்களை ஒப்புக்கொள்வார் குன்னக்குடி. ஆனாலும் தன் பங்கை ஆத்மார்த்தமாக செய்வார். இப்படத்தில் ஜெயசந்திரன் பாடும் 'மலரோ நிலவோ மலை மகளோ' என்றொரு பிரமாதமான பாடலில் இந்தோளத்தை முத்தமிட்டுக் கொஞ்சியிருப்பார். பாட்டின் இறுதியில் ஸ்வரங்கள் அமர்க்களமாக இருக்கும். ராக லட்சணங்களிலிருந்து துளி கூட விலகியிருக்கமாட்டார்! "கச்சேரி மேடைகளில் சாஸ்த்ரிய சங்கீதத்தை மலிவாக்குகிறார்... கொட்டாங்கச்சி வயலின்" என்றெல்லாம் அவரைப் பற்றி ஒரு சாரார் மத்தியில் விமர்சனம் உண்டு. ஆனால் அவரைப் புரிந்தவர்களுக்கு அவர் இசை அரசர். "நான் இந்த கர்நாடக சங்கீதத்தை முடிந்தவரை பாமரனிடம் கொண்டு செல்ல முயற்சி செய்கிறேன். அவர்களுக்கு புரியாமல் 'மடி'யாக வாசித்து நூறு மேல்தட்டு ரசிகர்களிடம் கைதட்டு வாங்கி என்ன பயன்? என் கல்யாணியும், காம்போதியும் விசிலடிக்கும் அவனுக்கில்லையா?" என்று பல பேட்டிகளில் கேட்டுள்ளார். அதற்காகவே, எந்த கீர்த்தனை வாசித்தாலும், எந்த ராகம் வாசித்தாலும் அதில் வரும் பிரபல சினிமா பாடலை தொட்டு காண்பித்துவிட்டு போவார். கைதட்டு இடிபோல் முழங்கும். வயலினை கீழே வைத்துவிட்டு குபீரென சிரிப்பார்! இத்தனைக்கும் அரியகுடிக்கும். மதுரை சோமு போன்ற ஜாம்பவான்களுக்கும் பரிசுத்தமாக வாசித்தவர். அவரும் தவில் சக்ரவர்த்தி வளையப்பட்டியும் இணைந்து மூவாயிரம் கச்சேரிகளுக்கு மேல் நடத்தியுள்ளனர்.

எங்கோ சிறிய கிராமத்தில் மேடை போட்டாலும் மரங்கள் மேல் எல்லாம் தலை தெரியும். தியாகராஜரின் 'மருகேளரா'வில் ஆரம்பித்து 'மறைந்திருந்து பார்க்கும் மர்மமென்ன, மன்மத ராசா என்று அது களேபரமாகிப் போய் நள்ளிரவு நெருங்கும் போது பாபி, ஆராதனா, ஷோலே பாடல்களை தாண்டி அருணகிரிநாதரின் 'முத்தைத்தரு பத்தி திரு...'வுக்கு வந்து சேரும் வரை கூட்டம் நகராது. 'நான் ஒரு டிபார்ட்மெண்டல் ஸ்டோர். உங்களுக்கு வேண்டியது என்னிடம் கிடைக்கும்' என்பார் அடிக்கடி! அவரும் நானும் எத்தனையோ முறை சென்னை, நாரத கான சபா வாசலிலுள்ள உட்லன்ஸில் நெய் ரவா சாப்பிட்டுள்ளோம். முன்னாள் முதல்வர் ஜெயலலிதா அவரிடம் இசை கற்றுக் கொண்ட நாட்களைப் பற்றியெல்லாம் கேட்பேன். ரசித்து சொல்வார். 'தளபதி' படத்தில் 'காட்டு குயிலு

மனசுக்குள்ளே' பாட்டில் 'நட்பை கூட கற்பை போல எண்ணுவேன்' என்று ஒரு அழகான வரி வரும். அதற்கு எடுத்து காட்டு குன்னக்குடி. இன்றும் நாரத கான சபா சென்றால், மூன்றாவது மாடியிலிருந்த அவரது 'ராக ஆராய்ச்சி மைய' அலுவலகத்திற்கு என் கண்கள் தானாக போகும்! வாசலின் முன் பக்கம் குட்டி வயலின் பதித்த அம்பாஸிடர் காரை தேடும். நமது 'புரட்சிப் பாடகர்' டி.எம். கிருஷ்ணாவுக்கு முன்பே கர்நாடக சங்கீதத்தை குப்பத்திற்கு கொண்டு செல்ல பாடுபட்டவர். அதற்கு அவர் சென்ற 'சினிமா வழி' தவறா சரியா என்பது வேறு விவாதம்!

1974ம் ஆண்டு வெளிவந்த 'பத்து மாத பந்தம்' படத்தை வயதானவர்களே மறந்து போயிருக்கலாம். ஆனால் அதில் பாடகியாக வந்து அசத்திய சகலகலாவல்லி பி. பானுமதியை என்னால் மறக்க முடியவில்லை. காரணம், 'ராமனுக்கு மன்னன் முடி தரித்தாலே' என்ற அட்டகாச இந்தோள ராக பாடல்! அருணாசல கவிராயரின் இந்த ராம நாடக பாடலை புத்திசாலித்தனமாக அப்படியே திரையில் வைத்திருப்பார்கள் டைரக்டர்கள் கிருஷ்ணன் பஞ்சு. பானுமதிக்கு தனித்துவம் பெற்ற வித்தியாசமான குரல். எம்.எல்.வி. போல சற்று மூக்கால் பாடுவது போன்றும் இருக்கும். முறையாக சங்கீதம் பயின்றவர் என்பதால் அப்பாடலை அவ்வளவு தீர்க்கமாகப் பாடியிருப்பார். துளி சினிமா சங்கதிகள் இருக்காது. குறிப்பாக... "பட்டம் கட்ட ஏத்தவண்டி... ராமன் நாலு பேரில் மூத்தவண்டி..." என்ற ஒரு இடம் போதுமே! கடைசியில் விறு விறுவென்று ஸ்வரங்கள் போட்டு வெளுத்திருப்பார். திரையுலகில் எம்.ஜி.ஆர்., சிவாஜியே சற்று பய பக்தியுடன் அவரிடம் பேசும் அளவுக்கு நெருப்பான நடிகை. கைகேயியை மந்தாரை தூண்டிவிட்டு 'உன் மகன் பரதனை பட்டம் கட்ட சொல்' என்கிறபோது கைகேயி பாடுவதாக அமைந்த இப்பாடல் கச்சேரி மேடைகளில் இன்றைக்கும் கைதட்டு வாங்கும் பாடல். காலஞ்சென்ற மகாராஜபுரம் சந்தானம் உருகி பாடுகிறபோது, சென்னை மேற்கு மாம்பலம் அயோத்தியா மண்டபத்தில் அந்த பெருங்கூட்டத்தோடு நானும் அசந்து போய் உட்கார்ந்திருக்கிறேன்!

'வல்லவனுக்கு வல்லவன்' படத்தில் டி.எம்.எஸ். பாடும் 'ஓராயிரம் பார்வையிலே உன் பார்வையை நானறிவேன்' இந்தோளத்தின் அசத்தல் தழுவல். படம், பாட்டு எல்லாமே

இந்தியிலிருந்து இறக்குமதி செய்யப்பட்டது. தமிழில் இசை வேதா. அந்தக் காலத்தில் நிறைய இந்தி ட்யூன்களை தமிழுக்கு அறிமுகப்படுத்தியவர். ‘சௌ பார் ஜனம் லங்கே’ என்று இதே பாடலின் அசலை பாடியவர் முகமது ரஃபி. நீங்கள் தமிழில் டி.எம்.எஸ்.ஸையும் கேட்கும்போது எது பெட்டர் என சொல்ல முடியாது. மிரட்டும் இந்தப் பாடலை கேட்டு சிவாஜி அல்லது எம்.ஜி.ஆர். பாடலோ என பலர் நினைத்து இறுதியில் மலைகள் மீது அசோகன் பாடுவதைக் கண்டு ஏமாந்து போயுள்ளனர்!

‘போலீஸ்காரன் மகள்’ படத்தில் பி.பி. ஸ்ரீனிவாஸ் பாடும் ‘நிலவுக்கு என் மேல் என்னடி கோபம்’ கூட இந்த ராகத்தின் சாயலில் அமைந்ததுதான். ஆனால் விஸ்வநாதனும், ராமமூர்த்தியும் அதை அழுத்தமாக காட்டியிருக்க மாட்டார்கள்.

ஜெமினி ஸ்டுடியோஸ் தயாரிப்பில் வெளிவந்த ‘மோட்டார் சுந்தரம் பிள்ளை’ படத்திற்கு பல சிறப்புகள் உண்டு. விகடன் எடிட்டராக பிற்காலத்தில் உயர்ந்த பாலசுப்ரமணியனின் இயக்கத்தில் வெளிவந்த முதல் படம். ஆங்கில படமொன்றின் தழுவலில் வந்த இதற்கு தமிழில் திரைக்கதை, வசனம் வேப்பத்தூர் கிட்டு. வாழ்க்கை படகு உள்பட பல நல்ல படங்களுக்கு வசனம் எழுதியவர். நடிகர் திலகம் சிவாஜி முதலில் தமிழில் நடிக்க மறுத்து, எஸ்.எஸ். வாசன் இந்தக் கதையை ‘கிரஹஸ்தி’ என்ற பெயரில் இந்தியில் ஹிட்டாக்கியவுடன் நடிக்க ஒப்புக் கொண்ட படம். தமிழைத் தொடர்ந்து தெலுங்கிலும் வசூலை அள்ளியது. இப்படி பல சாதனைகளுக்கு சொந்தமான இதில் ‘மனமே முருகனின் மயில் வாகனம்’ என்றொரு திரட்டிப்பால் பாடலை இந்தோளத்தில் அமைத்திருப்பார் மெல்லிசை மன்னர் எம்.எஸ்.வி. அப்போது கொடிகட்டிப் பறந்த பாடகி சூலமங்கலம் ராஜலட்சுமியின் குரலில் அப்பாடல் இன்னும் ஜொலிக்கும்! வீணை மட்டும் பாட்டோடு பிரதானமாக கேட்டால் போதும் என்று விட்டிருப்பார் எம்.எஸ்.வி. மணிமாலாவும் சௌகார் ஜானகியும் பாட்டில் ஜமாய்த்திருப்பார்கள். குறைந்த பின்னணி வாத்தியங்களோடு சாஹித்யத்தை கம்பீரமாக தர அந்த இசையமைப்பாளர்களுக்குத் தெரிந்திருந்தது. மலையாளத்தில் இன்னமும் அப்படி பல பாடல்கள் வருகின்றன. நம்மூரில் இளம் இசையமைப்பாளர்கள், இரைச்சல்களுக்கிடையில் போனால் போகிறதென்று வார்த்தைகளை தெளிக்கிறார்கள்.

'அவளுக்கென்று ஒரு மனம்' படத்தில் இடம்பெற்ற ஜானகியின் 'உன்னிடத்தில் என்னை கொடுத்தேன்' பாடலை மறக்க முடியுமா? 'உறவினில் விளையாடி வரும் கனவுகள் பல கோடி' என்று ஜானகி மேலே போய் வருவது அற்புதமான இடம். இந்தோளத்தை பாமரன் விரும்பும்படி தேன் தடவி தந்திருப்பார் மெல்லிசை மன்னர். அதேபோல 'இயற்கை என்னும் இளைய கன்னி ஏங்குகிறாள்' பாடல். எஸ்.பி.பி.யும், சுசீலாவும் மிக மென்மையாக காதல் சொட்ட பாடியிருப்பார்கள். 'சாந்தி நிலையம்' படத்தில் வரும் இதுவே எஸ்.பி.பி.யின் முதல் தமிழ் பாடல் என்று திரையுலக ரிக்கார்டுகள் சொன்னாலும், 'பாடியது வேறு, முதலில் ரிலீசானது வேறு' என்று வழக்கமாக கூறும் மறுப்பாளர்களை விட்டுவிடலாம்!

1969ம் ஆண்டு 'சாந்தி நிலையம்' வெளிவந்தபோது, அப்போது ஒரு சரித்திரம் திரையுலகில் எழுதப்படுகிறது என்று யாருக்குத் தெரியும்? நெல்லூரிலிருந்து வந்த ஒரு குரல் தென்னிந்தியாவுக்கே பிடிக்கப் போகிறது என்று யார் அறிவார்? இப்போது நினைத்தாலும் பிரமிப்பே மிஞ்சுகிறது. ரயிலில் பாட்டு பாடிய கொடுமுடிகோகிலம் கே.பி. சுந்தராம்பாள் ஆவார் என்று யார் கண்டார்? காலச்சக்கரத்தின் அதிசயங்கள்.

தெலுங்கில் 'சாகர சங்கமம்', தமிழில் 'சலங்கை ஒலி'யாக வெளிவந்து சக்கை போடு போட்டது மறந்திருக்க முடியாது. அதில் வரும் 'ஓம் நமச்சிவாயா' பாடலில் இந்தோளத்தை நூறு சதம் கிளாஸிக்கலாக தந்திருப்பார் இளையராஜா. பாட்டு நெடுக அற்புத சங்கதிகள் பல உண்டு. 'பஞ்ச பூதங்களும் முகவரி காட்டும்' என்ற அனுபல்லவி ஆரம்பிக்கும் இடத்தை அனாயசமாக பாடியிருப்பார் ஜானகி. பாட்டை ஞானத்தோடு பின் தொடரும் மிருதங்கத்திற்கே தனி சபாஷ் போடலாம். இந்த பாட்டிற்குத் தான் சைலஜா சரியாக அபிநயம் பிடிக்கவில்லை என போதையிலிருக்கும் இசை விமரிசகர் கமல் அவரை சந்தித்து ஆடி காண்பித்து ரகளை செய்வார்! தியேட்டர் அதிரும்.

'தரிசனம் கிடைக்காதா', 'நான் தேடும் செவ்வந்திப் பூ', 'உன்னால் முடியும் தம்பி', 'தென்றல் தான்', 'ராகவனே ரமணா', 'கண்ணா உனை தேடுகிறேன்', 'ஓ... ஜனனி', 'ஸ்ரீ தேவி என் வாழ்வில்'.. உள்பட பல வெரைட்டியான இந்தோளங்களை தந்துள்ளார் ராஜா.

குறிப்பாக 'தரிசனம் கிடைக்காதா'வில் ராஜாவின் கற்பனை இறக்கை கட்டி அட்டகாசமாக பறக்கும். அலைகள் மீது ராதா இளமை துள்ளலுடன் ஓடி வர... பின்னணியில் ஸ்வரங்கள் அலை அலையாக பின்தொடர, சட்டென்று காட்சி மாறி, வீட்டில் கமலா காமேஷ் முன் அமர்ந்திருக்கும் ராதா, பாடலை பாடுகிற போது அமர்க்களமாக இருக்கும். அங்கே பாரதிராஜாவும் இளையராஜாவும் ஒரு இசை யாகமே நடத்தியிருப்பார்கள். எஸ். ஜானகி பெருமைப்பட்டுக் கொள்ள வேண்டிய பாடல்! அதே பாடலை பிறகு இளையராஜா பாடுகிறபோது மெல்லிய சோகம் சேர்ந்து மனதை வருடும். இசைஞானி ஆரம்ப காலத்தில் சொந்த குரலில் பாடுகிற போது அது ஒரு தனி ருசியாக, கிராமத்து இளைஞனின் வேதனைக் குரலாக இருந்தது உண்மை. ஆனால் பிற்காலத்தில் குரலில் கனம் ஏறிப்போய், அவ்வப்போது ஸ்ருதியும் கலைந்து போனதை அவர் ஏன் கவனிக்கவில்லை என தெரியவில்லை! இத்தனைக்கும் ஊருக்கே ஸ்ருதி பற்றி வகுப்பு எடுப்பவர்! ஆர்கெஸ்ட்ரா மேடைகளில் புகழ்பெற்ற பாடகர்கள் சிறிய தவறு செய்தாலும் திரும்ப பாடச் சொல்லி சங்கடப்படுத்தியுள்ளவர்! நம் ஒவ்வொருவர் காதிலேயே ஒரு ஸ்ருதிபெட்டி உள்ளதே!

ஏ.ஆர். ரஹ்மானும் தன் பங்கிற்கு இந்த ராகத்தில் சில நல்ல பாடல்களை தந்துள்ளார் என்றாலும் என் நெஞ்சில் எப்போதும் நிற்பது 'மே மாதம்' படத்தின் 'மார்கழிப் பூவே' மற்றும் 'வரலாறு' பட 'இன்னிசை ஆளபடையே'! அவ்வளவு பெயர் தெரியாத பாடகி ஷோபா ஷங்கருக்கு சற்று காத்திரமான பெங்களூர் ரமணியம்மாளை நினைவுபடுத்தும் குரல். ரமணியம்மாளுக்கு என்ன குரல் அது? 'பால் மணக்குது பழம் மணக்குது பழனி மலையிலே' என்று அவர் குரலெடுத்து பாடும்போது உடம்பு சிலிர்க்கும். அந்த கனத் தொண்டையிலும் ஒரு அதீத இனிமை அதற்குப் பிறகு யாருக்குமே வரவில்லை! ஒரு முறை ஏ.ஆர். ரஹ்மானிடம் பேட்டியின்போது, 'ரமணியம்மாள், கே.பி.எஸ்., சிதம்பரம் ஜெயராமன் போன்றவர்கள் உங்கள் இசையில் பாடினால் எப்படியிருக்கும் என்று கற்பனை செய்து கொள்வேன். சுவாரஸ்யமாக இருக்கும்' என்றபோது, பெரிதாக சிரித்துவிட்டு 'எனக்கே கேட்க ஆசையாயிருக்கு' என்றார் சிறு பையனின் துள்ளலுடன்!

‘மார்கழி பூவே’வில் ‘மெத்தை மேல் கண்கள் மூடவும் இல்லை’ என்று இந்தோளத்தின் மேல் பஞ்சமத்தை ஷோபா ஷங்கர் ஏகாந்தமாக தொட்டுவிட்டு வரும் அழகே தனி. பாட்டு ஆரம்பத்தில் ஸ்ரீ வெங்கடேச சுப்ரபாதத்தின் ‘கௌசல்யா சுப்ரஜா ராமா பூர்வா சந்தியா பிரவத்ததே’ என்னும் இரண்டு வரிகளை புல்லாங்குழலில் வாசித்த பின் பாடலுக்கு அருமையாக வந்திருப்பார் ரஹ்மான். அதே போல் ‘இன்னிசை அளபடையே’யில் மஹதி சுத்தமான இந்தோளத்தை தந்திருப்பார்.

‘உன் மார்பில் விழி மூடி தூங்குகிறேன்’ என்று சித்ரா பாடுகிறபோது உங்கள் காதில் ரகசியம் பேசி விட்டு போவது போல சுகமாக இருக்கும். ‘நினைத்தேன் வந்தாய்’ படத்தில் தேவாவின் இசையில் வரும் ஒரு கற்கண்டு! தேனிசை தென்றலிடம் உள்ள தனித்துவம், தேவையில்லாமல் வாத்தியங்களை உருட்டி விட்டு ட்யூனின் கம்பீரத்தை கெடுத்து விடாமல் பார்த்துக் கொள்வார். எந்த ராக தேவதைக்கு ஆபரணங்கள் தேவை, எதற்கு எதுவும் தேவையில்லை என்பதை உணர்ந்த ஞானஸ்தர்! அதே போல ‘ஜல்லிக்கட்டு காளை’ படத்தில் ‘சிறு மல்லி பூவே’ என்றொரு டூயட்டை மனோவும், சித்ராவும் பாடியிருப்பார்கள். பாட்டு நெடுக கோரஸ் கண்ணாமூச்சி காட்டும். பனி சொட்டும் அதிகாலையில் வரும் இரண்டாம் தூக்கம் போல அது பரம சௌக்கியம்.

‘மண்ணுக்குள் வைரம்’ படத்தில் ‘இதழோடு இதழ் சேரும் நேரம்’ பாடலை கேட்கிறபோது அந்த ரம்மியமான ‘கிளாஸிகல்’ வாசனையைப் பார்த்து தேவாவோ என்று நினைக்கத் தோன்றும். அல்ல.. ஸ்ரீவில்லிபுத்தூர்காரர் தேவேந்திரன். தரமான பாடல்களை தந்த இந்த கலைஞருக்கு ஏன் பெரிய வாய்ப்புகள் அமையவில்லை என்ற கேள்விதான் எழுகிறது. இந்தப் பட்டியலில் சிற்பியும் கூட உண்டு. இங்கே பெரிய ‘பேனர்’களின் அரவணைப்பு முக்கியம். அது இல்லாவிட்டால் பீதாம்பரத்தை கூட குப்பையில் போட்டுவிடும் கோடம்பாக்கம். ‘தேவராகம்’ படத்தில் எம்.எம். கீரவாணியின் ‘சின்ன சின்ன மேகம்’ பாடல் ஈர காற்றாக வீசும் இந்தோளம்தான். ஆனால், ராக லட்சணங்கள் பட்டும் படாமலும் இருக்கும்!

யுவன் சங்கர் ராஜா, ஹாரிஸ் ஜெயராஜ், அனிருத்தின் பாடல்கள் ஏதாவது இந்த ராகத்தில் தேறுகிறதா என சல்லடை போட்டு

தேடினேன். அவர்கள்தான் கிளாஸிகல் பக்கம் வர மாட்டோம் என சங்கல்பம் எடுத்துள்ளார்களே! சாஸ்த்ரிய சங்கீதத்திற்கு வந்தால் ஆப்பிள் மூட்டையை அவிழ்த்தால் உருண்டு ஓடி வருவது போல் அத்தனை கீர்த்தனைகள் உள்ளன. தியாகராஜரின் சாமஜவர கமணா, மாமவது ஸ்ரீ சரஸ்வதி, மனசுலோனி, பத்மநாபா பாஹி, மா ரமணன் என்று அடுக்கி மாளாது. இவை தவிர, தஞ்சாவூர் சங்கர அய்யரின் லட்டான கீர்த்தனைகள், பாலமுரளியின் தில்லானாக்கள் என்று தனி தனி பட்டியலே போடலாம். வட இந்திய உஸ்தாத்கள் மத்தியிலும் இந்த ராகம் மிகவும் பிரபலம். அவர்கள் இதை 'மால்கவுன்ஸ்' என்பார்கள். வடக்கே கௌஷிகி சக்ரபர்த்தி என்றொரு அழகு பாடகி இருக்கிறார். முப்பெத்தெட்டு வயது இருக்கலாம். அவர் புன்னகைத்தவாறே பாடுவதை நீங்கள் கேட்டால், உங்களுக்கு வேறு எந்தப் பெண் பாட்டும் பிடிக்காது! அவர் மால்கவுன்ஸ், பிம்ப்ளாசி, சுத்த சாரங் போன்ற இந்துஸ்தானி ராகங்களை பாடுகிறபோது ஜெய்ப்பூர் அரண்மனையில் நீங்கள் மிதப்பீர்கள். அவர் தந்தை அஜய் சக்ரபர்த்தியும் அங்கே பெரிய வித்வான். (நமக்குதான் 'வர்த்தி' பெங்காளிகளுக்கு 'பர்த்தி'). நம் பாலமுரளியுடன் பல மேடைகளில் பாடியுள்ளார். நம்மவர்களுக்கு உள்ள பிரச்சனை, கேட்டதையே வருடக்கணக்காக அலுக்காமல் கேட்பதுதான்! 'பொத்தி வச்ச மல்லிகை மொட்டு'க்கு மேல் போக மாட்டேன் என்று அடம் பிடிப்பவர்கள். ஐம்பது வருடத்திற்கும் மேலாக திரும்பத் திரும்ப இரண்டு திராவிட கூட்டணிகளுக்கே வாக்களிக்கிறார்களே. அதுவும் அப்படித்தான்!

வி. சந்திரசேகரன் | 57

7. ரீதி கௌளை

மலையாள சினிமா, சேட்டன் சேச்சிகளை ஒரு நிமிஷம் கண்டு விட்டு அப்புறம் தமிழுக்கு வரலாம். கொஞ்ச காலம் முன்பு ரிலீஸான 'நீயும் ஞானும்' படத்தில் 'குங்கும நிற சூரியன் சந்தன வெய்யிலாலே...' என்று ஸ்ரேயா கோஷல் கொஞ்சுவதை ஒருமுறை கேட்டுப் பாருங்கள். நகர மனது வராது. அவரது தித்திப்பான மயக்கும் குரலில் கேட்கிறபோது ரீதி கௌளை ராகமே இன்னும் சுகமாக இருக்கிறதோ எனத் தோன்றும். நான்கு நிமிடத்தில் இளம் மியூஸிக் டைரக்டர் வினு தாமஸ் ராகத்தின் மொத்த லட்சணத்தையும் கொண்டு வந்திருப்பார். இந்த ராகத்தை இழுத்து பாடப் பாட அழகு கூடும். கீழே போகிற போது நிறைய ஜீவனான சங்கதிகளை கொண்டுவர முடியும் என்பது இதன் சிறப்பு. 2018ம் ஆண்டில் இன்னொரு சூப்பர் ஹிட் படமான 'தீ வண்டி'யில் 'ஜீவாம்ஷமாய்' என்று ஒரு அழகான டூயட்டை ஸ்ரேயா கோஷலும், ஹரிஷங்கரும் சேர்ந்து பாடியிருப்பார்கள். இன்று வரை கேரளத்து இளசுகள் முணுமுணுக்கும் கனவுப் பாடல். இது மற்றொரு இளம் இசையமைப்பாளரான கைலாஷ் மேனனின் அசாத்திய ரீதி கௌளை!

மேற்கு வங்காளத்தில் இருந்து மும்பைக்கு வந்து இந்தி படவுலகம் மட்டுமின்றி தென்னிந்திய மொழி படங்களையும் ஒரு சூறாவளி போல ஆக்கிரமித்துள்ளவர் ஸ்ரேயாவாகத்தான் இருக்க முடியும். போஜ்புரியிலிருந்து தமிழ் வரை சுமார் 12 மொழிகளில் ஓய்வு ஒழிச்சல் இல்லாமல் பாடுகிறார். சாதாரணமாக இந்திவாலாக்களுக்கு தமிழ் கூட சிரமப்பட்டால் பாடிவிட முடியும். மலையாள அட்சரங்களை சுத்தமாக உச்சரிக்க பெரிய புரிதல்

வேண்டும். ஆங்கிலத்தில் *effortless* என்பார்களே... அப்படி துளிக்கூட கஷ்டப்படாமல் இவர் பாடுவது தான் ஆச்சரியம்! கடந்த சில வருடங்களாக ஓசையின்றி இந்திய திரை உலகை கலக்கும் ஒரே பாடகி. இத்தனைக்கும் முப்பத்தைந்து வயதில்! லதா மங்கேஷ்கர் சகோதரிகள் காலத்தில் கூட நடந்திராத அதிசயம்! அவர்கள் கூட எப்போதாவது ஒரு முறை 'செண்பகமே' எனப் பாடிவிட்டு போனவர்கள்.

சமீப காலத்தில் இந்த இரு மலையாள பாடல்களும் ஸ்ரேயாவின் அற்புதமான ரீதி கௌளையில் அமைந்ததால் சொன்னேன். தமிழில் கூட இவ்வளவு அழகாக சமீபத்தில் வரவில்லை!

கோலிவுட்டில் இந்த ராகத்தை சொன்னாலே எனக்கு மூன்று பாடல்கள்தான் சட்டென்று நினைவுக்கு வருகின்றன. 'சின்ன கண்ணன் அழைக்கிறான்', 'தலையை குனியும் தாமரையே' மற்றும் 'கண்கள் இரண்டால்'! கவிக்குயில் படத்தில் சங்கீத கலாநிதி பாலமுரளி கிருஷ்ணா பாடிய 'சின்ன கண்ணன்' இளையராஜாவின் 'மாஸ்டர் பீஸ்'களில் ஒன்றாக சொல்லலாம். பாலமுரளி அற்புதமான கர்நாடக சங்கீத வித்வான் என்பதால் ராஜாவின் கற்பனையை நூறு சதம் பாடலில் கொண்டு வந்திருப்பார். ஆரம்பத்தில் வரும் புல்லாங்குழல் நாதம் சொக்க வைக்கும். 'கண்கள் சொல்கின்ற கவிதை... இளம் வயதில் எத்தனை கோடி' என்று மேல் ஸ்தாயிக்கு கம்பீரமாக பாலமுரளி சென்று வருவதை அனுபவிக்கத்தான் முடியும்!

17 வயதில் 72 மேளகர்த்தா ராகங்களுக்கும் சாஹித்யம் அமைத்தவராச்சே..! பாருபள்ளி ராமகிருஷ்ணய்யா பந்துலு என்ற மகாவித்வானிடம் ஆறு வயதிலேயே குரு குலம் சென்றவர். பாருபள்ளிக்காரர் சங்கீத மும்மூர்த்திகளில் ஒருவரான தியாகராஜ சுவாமியின் சிஷ்ய பரம்பரையில் வந்தவர். கேட்கவா வேண்டும்? ஞானம் ஞானத்தோடு சேரும்போது அதற்கு எல்லை ஏது? பாலமுரளி பாடுகிற போது சாஸ்த்ரிய சங்கீதம் ரொம்ப சுலபமோ என தோன்றும். புன்னகைத்தவாரே சர்வ அலட்சியமாக பாடுவார். ஸாரி... அப்படி நமக்குத் தோன்றும்! படார்.. படார்.. என தொடையில் தாளம் தட்ட மாட்டார். "எனக்கு மனசுல இருக்கு தாளம்" என சாதாரணமாக சொல்வார். அவர் இறப்பதற்கு சில

வி. சந்திரசேகரன் | 59

நாட்களுக்கு முன்பு வரை பாடியிருக்கிறார். 86 வயதிலும் குரல் கெட்டுப் போகவில்லை. இத்தனக்கும் பெரிய உணவு கட்டுப்பாடு எதுவும் கிடையாது. "எனக்கு சங்கீதம் தெரியுமோ.. இல்லையோ... சங்கீதத்திற்கு என்னை நன்றாகத் தெரியும்" என்று சொல்வது அவர் வழக்கம். சென்னை மியூசிக் அகடமி அருகிலிருக்கும் கனகஸ்ரீ நகரிலுள்ள அவரது வீட்டுக்கு அடிக்கடி போயிருக்கிறேன். மாடியில் ஏகப்பட்ட போட்டோக்கள், ஷீல்டுகளுடன் தனியாக இருப்பார். 'என்கிட்ட பாட்டு கத்துக்காத சிஷ்யன் நீ' என சிரிப்பார். 'மூடு' இருந்தால் பத்ராஜலம் ராமதாசர், அன்னமையா.. என யார் கீர்த்தனைகளை நான் விரும்பிக் கேட்டாலும் இரண்டு வரி பாடுவார். விடைபெறும்போது அன்றைய பேச்சு பிடித்திருந்தால் ஒஸ்தியான ஆந்திர ஆப்பிளை ஃப்ரிட்ஜிலிருந்து நீர் முத்துக்கள் சொட்ட எடுத்து தருவார். சமயத்தில் ஆப்பிள் கிடைக்காது. 'என்ன குருஜி இன்னிக்கு ஆப்பிள்..' என இழுப்பேன். 'இன்னிக்கு உன் பேச்சு பிடிக்கலை.. போயிட்டு வா' என்று பொய்க் கோபத்துடன் அனுப்புவார்!

இப்போதும் மயிலாப்பூர் போகிறபோது கனகஸ்ரீ நகரை எட்டிப் பார்ப்பேன். ஆட்டுக்குட்டிகள் மேயும் அமைதியான மதிய வேளையில் 'நகுமோமுவும்', 'சின்ன கண்ணனும்' அந்த தெருவில் கேட்கும்! அவர் பெயரையே அந்த நகருக்கும் வைக்கலாமே?

ராஜாவின் மற்றொரு தேன் டூயட் 'ஒரு ஓடை நதியாகிறது' படத்தில் 'தலையைக் குனியும் தாமரையே'. எஸ்.பி.பி.யும், எஸ். ராஜேஸ்வரியும் மாலை நேர மார்கழி காற்று போல பரம சுகமாக பாடியிருப்பார்கள். வைரமுத்துவின் வைர வரிகள் மேலும் இதம்... பாட்டில் அனாவசிய சங்கதிகள் கிடையாது. படத்தில் வரும் காதல் ஜோடியான ரகுவரன், சுமலதாவும் இப்படியொரு டூயட் காட்சியில் வருவதே அபூர்வமான காட்சி! 1980களில் இளையராஜா பெரிய நடிகர், பெரிய பேனர் என்கிற வஞ்சனையில்லாமல் எல்லோருக்கும் அற்புதமான மெலடிகளை தந்துள்ளார் என்பது கவனிக்கத்தக்கது. அந்த காலகட்டத்தில் ரொம்ப குப்பையான படத்தில் கூட அவரது 'பளிச்' பாடல்கள் ஒன்றிரண்டு இடம் பெற்றிருக்கும்!

ஜேம்ஸ் வசந்தன் என்றாலே 'கண்கள் இரண்டால்' பாடல் சட்டென்று நமக்கு நினைவுக்கு வரும் அளவிற்கு அந்தப்

பாடலோடு ஐக்கியமானவர். அந்தப் பாடல் காட்சியில் தாடி ஜெய் தலையை ஆட்டிக் கொண்டே உற்சாகமாக சிரிப்பதும், பாவாடை தாவணியில் புதுமுகம் ஸ்வாதி வெட்கப்படுவதும், யுகபாரதியின் அழகான வரிகளும், ஜேம்ஸின் இசையும்... எல்லாமே அவ்வளவு கச்சிதமாக அமைந்திருக்கும்! முதல் சரணத்திற்கு முன்பு கல்யாண வரவேற்பு க்யுவில் இருக்கும்போது சட்டென ஒரு பர்ஃபீப்யூம் வாசம் வந்து போகுமே... அப்படி ஒரு புல்லாங்குழல் கீதம் சில நொடிகள் வந்து விட்டுப் போகும். அபாரமான பொருத்தமான கற்பனை அது. எங்கோ துவங்கி எங்கோ இழுத்துக்கொண்டு போகும் பாடல்கள் இன்று நிறைய வருகின்றன. இந்த ஆட்களுக்கு எது அபத்தம், எது வித்தியாசம் என்ற வரைமுறை தெரியவில்லை! சில பாட்டுக்கள் முடிந்தவுடன் வரும் நிசப்தமே காதுக்கு ரம்மியமாக உள்ளது. 'சுப்ரமணியபுரம்' தவிர 'காதலர் குடியிருப்பு', 'யாதுமாகி', 'நாகராஜசோழன் எம்.ஏ., எம்.எல்.ஏ', 'வானவில் வாழ்க்கை...' உள்பட சில படங்களுக்கு இசையமைத்துள்ளார் ஜேம்ஸ் என்றாலும் முதல் படத்திற்குப் பிறகு பெரிய அளவில் மற்ற படங்கள் பேசப்படாதது ஏன் எனப் புரியவில்லை. 'யாதுமாகி'யிலும் அட்டாணாவில் அசத்தியிருப்பார். டி.வி. உள்பட பல துறைகளில் கால் வைப்பதால் கவனச் சிதறல் ஏற்படுகிறதோ எனவும் தோன்றுகிறது.

இத்தனைக்கும் ஜேம்ஸிடம் சங்கீத ஞானம் நிறைய உண்டு என்பதை அவரிடம் பேசியபோது அறிந்துள்ளேன். சினிமா ஏனோ ஞானஸ்தர்களை ரொம்பவும் சோதித்துவிட்டுத்தான் உள்ளே சேர்க்கிறது.

ஹரிஹரனும், மகாலட்சுமி அய்யரும் பாடும் 'மீட்டாத ஒரு வீணை' மற்றும் எஸ்.பி.பியும், சைலஜாவும் ரகளை பண்ணும் 'ராமனின் கதை கேளுங்கள்' இரண்டுமே ராஜாவின் மேலும் சில ரீதி கௌளைகள். 'ராமனின் கதை'யில் இந்த ராகத்தில் துவங்கி ராகமாலிகையாக போயிருப்பார் இசை ஞானி.

ஏ.ஆர். ரஹ்மானின் 'அழகான ராட்சஸியே' இன்னமும் நம் நினைவில் நிற்பதற்கு காரணம் அந்த ராகத்தை பொருத்தமாக தேர்ந்தெடுத்ததும் தான். அதுவும் 'அடி மனசை அருவாமனையில் நறுக்கறியே' என்று பல்லவியிலேயே ராகத்தின் பளிச் முகத்தை

தெளிவாக காட்டி விடுவார் எஸ்.பி.பி. கூடவே மென்மையாக பாடியிருப்பவர் ஹரிணி! பாட்டு நெடுக கடத்தில் ராஜ நடை கேட்டுக் கொண்டே இருப்பது புதிய சிந்தனை. கடம் ஒலிக்கும் போதெல்லாம் எனக்கு விக்கு விநாயகராமின் முகம் தான் நினைவுக்கு வருகிறது. கடப் பானையை தூக்கிக் கொண்டு ஐ.நா. சபை வரை போனவர். எம்,எஸ்ஸுக்கு பல கச்சேரிகளில் வாசித்தவர். 1970களில் 'சக்தி' என்ற அமைப்பில் இணைந்து தலைசிறந்த இங்கிலீஷ் கிடாரிஸ்ட் ஜான் மக்லாஃப்லின், தபேலா மேதை ஜாஹிர் ஹுசேன் போன்றவர்களுடன் உலக நாடுகளில் எல்லாம் கச்சேரிகள் செய்து கடம் என்ற வாத்தியத்திற்கு அங்கீகாரம் அளித்தவர். காஞ்சி மகா பெரியவர் மீது உள்ள பக்தியால் சம்பாதித்ததில் பாதியை சங்கரமடத்தின் நல்ல காரியங்களுக்கு வாரி வழங்கிய இந்த பானைக்குப் பெரிய மனசு. எழுதினால் வளரும். போதும்.

வித்யாசகரைப் பொறுத்தவரை அடிக்கடி ஹிட் பாடல்களை தந்தும், அவருக்கு உண்டான வெற்றி கிடைக்கவில்லை என்பது நெருடலான விஷயம். இத்தனைக்கும் எல்லாவிதமான இசையையும் ஒரு கை பார்க்கும் அளவிற்கு பாண்டித்தியம் பெற்றவர். 'மந்திரப் புன்னகை'யில் 'மேகம் வந்து போகும்', 'தம்பி' படத்தில் 'சுடும் நிலவு' ஆகியவை அவர் ரீதி கௌளையில் அமைத்த மூக்கில் விரலை வைக்கும் பாடல்கள். 'மேகம்' பாடலில் மதுபாலகிருஷ்ணனும், அன்வேஷாவும் காலை வெய்யிலில் பனி உருகி ஓடுவது போல அவ்வளவு மென்மையாக பாடியிருப்பார்கள். அன்வேஷாவிற்கு பழைய ஜென்ஸியை நினைவுபடுத்தும் இளமை கொஞ்சும் குரல்.

'சுடும் நிலவில்' உன்னிக்கிருஷ்ணனும் ஹரிணியும் மயக்குவார்கள். உன்னிக்கு அந்த 'வெல்வெட்' குரலே பெரிய ப்ளஸ் பாயிண்ட். 'தீண்ட தீண்ட' என வரும் 'துள்ளுவதோ இளமை' பாடலில் உன்னிகிருஷ்ணனும், பாம்பே ஜெயஸ்ரீயும் பாடுகிற போது அவர்கள் குரலிலேயே காதல் ஒளிந்திருக்கும். யுவன் சங்கர் ராஜாவின் பிரமாதம் இது. சினிமா இசை, கர்நாடக சங்கீதம் ஆகிய இரட்டை குதிரைகளில் சவாரி செய்வது என்பது அவ்வளவு சுலபமான காரியமல்ல. சற்று அசந்தாலும் ஒன்றில் மற்றதன் பாதிப்பு

வந்துவிடும். சபா கச்சேரி மேடையில் ஏறும்போது அழுத்தம் குறைந்து போய் சற்று 'லைட்'டாக சங்கதிகள் வந்து விழும் சிக்கல் ஏற்படும்.

உன்னி, ஜெயஸ்ரீ, நித்யஸ்ரீ போன்றவர்கள் அதில் கவனமாக இருப்பது அவர்களது பக்குவத்தை காட்டுகிறது. உன்னி கிருஷ்ணனைப் பற்றி பலருக்கு தெரியாதது, அவர் சிறந்த பாடகர் மட்டுமல்ல.. பரோபகாரியும் கூட. ஒவ்வொரு மாதமும் முதல் வாரத்தில் அவர் வீட்டு வாசலில் பார்வையற்றோர் சிலர் வரிசைகட்டி நிற்பதும், அவர்களுக்கு வேண்டிய உதவிகளை செய்து அனுப்புவதும் ஓசையின்றி ரொம்ப காலமாக நடக்கிறது. சமீபத்தில் எண்ணிக்கை சற்று அதிகமாக, இதுபற்றி தனது நண்பரும், பின்னணி பாடகருமான ஸ்ரீனிவாஸிடம் சொல்லி அவரிடம் சிலரை அனுப்பியிருக்கிறார். அதேபோல் பக்க வாத்தியகாரர்களுக்கு பல வித்வான்கள் மூவாயிரமும், நாலாயிரமும் தந்துவிட்டு மொத்தத்தையும் முடிந்து கொள்ளும்போது உன்னி, ஜூனியர் பாலமுரளிகிருஷ்ணா, அபிஷேக் ரகுராம், டி.எம். கிருஷ்ணா உள்பட வெகு சில பிரபலங்கள் ஆரம்ப காலத்திலிருந்து நல்ல தொகை கொடுக்கிறார்கள் என்பது நமக்கு கிடைத்த தகவல்! மனிதாபிமானம் இல்லாத போது உசத்தியான மனோதர்ம சங்கீதத்தைக் கூட என்னால் ஜீரணிப்பது சிரமமாக உள்ளது.

அஜித்தின் 'பில்லா 2'வில் 'இதயம், இந்த இதயம் இன்னும் எத்தனை இன்பங்கள் தாங்கிடுமோ' என்று வருவது யுவனின் மற்றொரு கற்கண்டு பாடல். 'யுவன் பாடலா' என்று சற்று வியப்பாக கூட இருக்கும்! பாடியது புதுமுகம் ஸ்வேதா பண்டிட். இந்துஸ்தானி மேதை பண்டிட் ஜஸ்ராஜின் குடும்பத்தை சேர்ந்தவர் என்றாலே இந்தப் பெண்ணின் ஞானம் புரியும். நான்கு வயதிலேயே மணிரத்தினத்தின் 'அஞ்சலி'யில் இளையராஜாவின் இசையில் மழலையாக பாடியிருக்கிறார்!

'காதல் நெருப்பின் நடனம்' என்றொரு டூயட்டை மேற்கத்திய பி.ஜி.எம்.முடன் அமர்க்களமாக ஆரம்பித்திருப்பார் ஜி.வி. பிரகாஷ்! அதிலிருந்து கார்த்திக்கும் சின்மயியும் ரீதி கௌளை ராகத்தை ஜோராக தவழ விட்டிருப்பது சற்று மிரட்டும் கற்பனை! 'வெய்யில்'

படத்தில் வரும் குளிர்ச்சியான பாடல். சில அற்புதமான பாடல்கள் நம் காதுகளுக்கு எட்டாமலேயே போயிருக்கும் இத்தனைக்கும் அஜித் போன்ற பெரிய 'தலை'கள் நடித்தும்! அப்படிப்பட்ட ஒரு அபூர்வ பாடல் தான் 'அசல்' படத்தில் பிரசன்னாவும், மஞ்சரியும் பாடியிருக்கும் 'கனவா, நினைவா'! மியூசிக் டைரக்டர் பரத்வாஜ் பாடல் நெடுக வாழ்ந்திருப்பார். ஏறத்தாழ தாலாட்டு பாடல் போலவே இருக்கும். தொந்தரவு செய்யாத பின்னணி இசை. இப்பாடலை நானே சற்று கால தாமதமாக கேட்டுவிட்டு 'எப்படி மிஸ் பண்ணோம்' என்று வருத்தப்பட்டேன். சில நல்ல மனிதர்களை தாமதமாக சந்தித்துவிட்டு முன்பே இவர்களுடன் அறிமுகமாகியிருக்க வேண்டும் என சங்கடப் படுவோமே.. அப்படி ஒரு உணர்வை விட்டுப்போன நல்ல பாடல்களை கேட்கும் போதும் நான் பெறுவேன். 'தெகிடி' படத்தில் இளம் இசையமைப்பாளர் நிவாஸ் கே. பிரசன்னாவின் 'யார் எழுதியதோ' என்ற சத்திய பிரகாஷின் பாடல் கூட கேட்க பரவாயில்லை ரகம். ஆனால் ட்யூனில் முழுமை இல்லை. எத்தனை சமையல் சாமான்களை வாங்கிப் போட்டாலும் சமையல்காரருக்கு சாதுர்யமும், புரிதலும் இருக்க வேண்டுமே!

ரீதி கௌளை கர்நாடக சங்கீத கச்சேரி மேடைகளில் மிகவும் பிரசித்தி பெற்றது! கர கரப்பிரியாவின் ஜென்யமாக கருதப்படும் இந்த ராகத்தை சொன்னாலே எம்.டி. ராமநாதன் தான் சங்கீதம் அறிந்த அனைவருக்கும் நினைவுக்கு வருவார். எப்படி 'தோடி'க்கு ராஜரத்தினம் பிள்ளையயோ, மோகனத்திற்கு மகாராஜபுரம் விஸ்வநாத அய்யரோ அப்படி ரீதி கௌளைக்கு எம்.டி.ஆர். தான் அத்தாரிட்டி. ராஜரத்தினம் பிள்ளை தர்பார், சாவேரி உள்பட பல ராகங்களை கூட அதி அற்புதமாக வாசிப்பார் என்றாலும் தோடி அவர் பெயரோடு நிலைத்துவிட்டது. அவர் இறந்தபோது 'தோடி அனாதையாகி விட்டது' என சில பத்திரிகைகள் எழுதியதாக கேள்விப்பட்டிருக்கிறேன்.

பாலக்காடு ஜாம்பவான் எம்.டி.ஆர். ரீதி கௌளைக்கு வரலாம். இந்த ராகத்தை நிதானமாக பாடினால்தான் அழகு என்பதால் அது அவருக்கு கைவந்த கலையாகி விட்டது. காரணம், எம்.டி.ஆருக்கும் இந்த கால விறு விறு சங்கீதத்திற்கும் ரொம்ப தூரம். சற்றுப் பொறுமையாக அனுபவித்து பாடுவது அவரது பாணி. அதற்கு

இந்த ராகம் மிகப் பொருத்தமாகிவிட்டது. இது தவிர, ஆனந்த பைரவி, பூர்வி கல்யாணி, சஹானா போன்ற சில ராகங்களை அவர் பாடுகிற போதும் அது தனி அனுபவமாக இருக்கும். அசாத்திய முரட்டு குரலை தன் வசம் கொண்டு வந்து, சங்கதிகளை அவர் அள்ளி விடும்போது, அதைக் கேட்கவே ஒரு பெரிய கூட்டம் காத்திருக்கும். 'என்ன பாட்டு இது..? அஷ்ட கோணல்' என்று அவரை விமரிசித்தவர்களும் அந்த காலத்தில் உண்டு. தியாகராஜரின் 'நன்னு விடச்சி' கீர்த்தனையை அவர் பாடுகிறபோது அவ்வளவு பாவபூர்வமாகவும், பக்தி பூர்வமாகவும் இருக்கும். அதேபோல் தியாகராஜரின் 'பரிபாலய பரிபாலய ரகுநாதா' சுப்பராய சாஸ்திரியின் 'ஜனனி நின்னு வினா' போன்றவை அவரது பாப்புலர் ரீதி கௌளை உருப்படிகள். கேரளத்தில் இன்னும் எம்.டி.ஆர். என்றாலே பரவசப்படும் இசை அறிந்த மலையாளிகள் பலர் உண்டு. 61 வயதே வாழ்ந்த மாறுபட்ட கலைஞர்.

இந்த ராகத்தில் நம்மூர் பாபநாசம் சிவனின் 'தத்துவமறிய தரமா' இசையுலகில் அதிகம் பாடப்படும் பிரசித்தி பெற்ற பாடல்! அண்மையில் சிவனின் 130வது பிறந்த தினத்தை அவரது குடும்பத்தினர் கொண்டாடினர். பத்து நாட்கள் சிவனின் கீர்த்தனைகளை புகழ் பெற்ற இசைக் கலைஞர்கள் பாடி சமூக வலைதளம் மூலம் அந்த இசை மகானுக்கு தங்கள் மரியாதையை செலுத்தினர்!

8. மாண்டு

'ஆயிரம் கண் போதாது.. வண்ணக்கிளியே' பாட்டை கேட்டாலே சட்டென எழுந்து ஆடலாமா என்று தோன்றும். அந்த அளவிற்கு அழகானதொரு கம்போஸிஷன். சொல்லப்போனால் 'தில்லானா மோகனாம்பாள்' படத்தில் நடிகர் திலகம் சிவாஜி நாதஸ்வரத்தில் வாசித்தபின் தான் அந்த ட்யூனின் மகிமை பலருக்கு புரிந்தது. பின்னணியில் மதுரை எம்.பி.என். சேதுராமனும், பொன்னுசாமியும் அமர்க்களப் படுத்தியிருப்பார்கள். இப்படம் 1968ல் வந்தது என்றால், 1960ம் வருடம் வெளிவந்த 'பாவை விளக்கு' படத்தில்தான் இப்பாடல் முதன் முதலில் இடம் பெற்றது. அதற்கும் சிவாஜிதான் வாயசைத்திருப்பார். பாடியிருப்பது சிதம்பரம் ஜெயராமன். அது ஒரு அலாதியான குரல் மட்டுமல்ல.. அதை ரசிக்கவும் ஒரு மனம் வேண்டும். அவருக்குப்பின் அந்த கம்பீரம் வரவேயில்லை. மாண்டு ராகம் என்றாலே அதற்கு 'முத்திரை பாடல்' என்று இதைச் சொல்லலாம். 'பாவை விளக்கு, தில்லானா..' இரண்டுக்குமே இசை கே.வி. மகாதேவன். தமிழ் சினிமாவில் அவருகுப்பின் இன்று வரை வேறு யாருக்குமே சாஸ்த்ரிய சங்கீத அறிவு அந்த அளவுக்கு இல்லை என்பதே நிதர்சனமான உண்மை!

இந்த ராகம் கர்நாடக சங்கீதம் மேடையில் பாப்புலர் என்றாலும், பெரும்பாலும் இதை மெயினாக எடுத்து ராகம் பாடி கீர்த்தனை பாடுவது என்பது அபூர்வம். துக்கடா உருப்படிகளுக்கு தான் இதை பயன்படுத்துவது வழக்கம். மாண்டு இந்துஸ்தானியிலிருந்து இறக்குமதி செய்யப்பட்ட ராகம். 20ம் நூற்றாண்டுக்குப் பிறகே நம்மூருக்கு வந்ததாக ஒரு ஆய்வு சொல்கிறது. கச்சேரி மேடைகளில் மிக அதிகமாக பாடப்பட்டது என்றால் 'வானத்தின் மீது மயிலாட கண்டேன்' என்ற வடலூர் வள்ளலாரின் நெஞ்சை தொடும்

பாடல். 'ஜானகி மனோகரம்' என்ற மைசூர் வாசுதேவாச்சாரின் கீர்த்தனை, பாபநாசம் சிவனின் 'ராமனை பஜித்தல்' போன்றவையும் அவ்வப்போது பாடப்படுபவை. மும்மூர்த்திகள் உள்பட சங்கீத மேதைகள் யாரும் இதில் அதிகம் கீர்த்தனைகள் அமைக்கவில்லை!

சினிமாவைப் பொறுத்தவரை, மாண்டுக்கு தனி மவுசே உண்டு. ஒவ்வொன்றும் ஒவ்வொரு காசி அல்வா ரகம் என்றால் அது மிகை இல்லை. சினிமாவில் வரும்போது ஓரிரு அந்நிய ஸ்வரங்கள் கலந்தே வரும். அப்படி வருவதை மிஸ்ரமாண்டு என்பார்கள்! ரொம்ப பழமையான மாண்டு என்று ஆராய்ந்தால், 80 வருடங்களுக்கு முன்பு வந்த 'சேவா சதனம்' படத்தில் எம். எஸ். சுப்புலட்சுமி பாடிய 'இந்த உடலை ஏன் எடுத்தேன் நான்' என்ற பாபநாசம் சிவனின் உருக்கமான பாடல்! அதுவே அவரது முதல் சினிமா பிரேவேசம் கூட. இளம் வயதிலேயே அவரது குரலில் ஒரு தெய்வீகத் தன்மை இருப்பதை அவரது ஆரம்ப கால பாடல்களிலேயே உணரலாம். வேத பண்டிதர்களே வியக்கும் அளவிற்கு அவரது சமஸ்கிருத உச்சரிப்பு இருக்கும். அதற்காக அவரது கணவர் சதாசிவம் எடுத்துக்கொண்ட முயற்சிகள் கொஞ்ச நஞ்சமல்ல. அதெல்லாம் பெரிய கதை..

நமது இந்தியா சுதந்திரம் அடைந்த அன்று நள்ளிரவில் அகில இந்திய ரேடியோவில் ஒலித்த முதல் குரல் டி.கே. பட்டம்மாளுடையது. 'ஆடுவோமே பள்ளு பாடுவோமே'! அந்த உணர்ச்சிமிகு பாரதியின் பாடல் மாண்டு ராகத்தில் அமைந்தது என்பது தனிச் சிறப்பு. ஏ.வி. மெய்யப்பச் செட்டியாரின் 'நாம் இருவர்' படத்தில் இடம் பெற்ற இதற்குப் பொருத்தமான ராகத்தை தேர்ந்தெடுத்த ஆர். சுதர்சனத்தின் இசை ஞானம் வியக்க வைக்கிறது. 'சங்கு கொண்டே வெற்றி ஊதுவோமே, இதை தரணிக்கெல்லாம் எடுத்து ஓதுவோமே..' என்று டி.கே.பி. மேல் ஸ்தாயிக்குப் போய் அசாத்தியமாக உலுக்குவார். அற்புதமான இடம்! தனது கடைசி மூச்சு வரை இந்தப் பாடலை எத்தனையோ மேடைகளில் பாடி இருக்கிறார் அந்த சங்கீத மேதை. பாட்டியின் 'டிரேட் மார்க்' பாடலை நித்யஶ்ரீ மகாதேவனும் விடாமல் பாடுகிறார். அடுத்த தலைமுறையான நித்யஶ்ரீயின் சகோதரி காயத்ரியின் மகள் லாவண்யாவும் 'ஆடுவோமே'வை சபாக்களில் தொடர்கிறார்.

ஆக 70 ஆண்டுகளுக்கும் மேலாக இந்த மாண்டு பட்டம்மாள் குடும்பத்தின் சொத்தாகிவிட்டது!

'மாசிலா நிலவே நம் காதலை மகிழ்வோடு மாநிலம் கொண்டாடுதே... கண்ணே' என்று டி.எம்.எஸ். ஆனந்தமாய் இழுப்பாரே... நினைவிருக்கிறதா? அவரும் பானுமதியும் பாடும் 'அம்பிகாபதி'யின் அம்சமான டூயட் இதே ராகம்! கடைசி சரணத்தில் ராகம் புன்னாகவராளிக்கு மாறி 'இனி நானும் வேறில்லை' என்று இரு குரல்களும் இழைவதெல்லாம் ஜி. ராமநாதன் போன்ற ஜீனியஸ்களால் மட்டுமே நினைத்துப் பார்க்க முடிகிற கற்பனை. அந்த காலத்தில் இந்தப் பாடலுக்காகவே படத்தை திரும்ப திரும்ப பார்த்தவர்கள் உண்டாம்!

எத்தனை முறை பார்த்தாலும் ரோஜா அழகு தான். எத்தனை முறை கேட்டாலும் 'ஒரு நாள் போதுமா'வும் சுகம் தானே. அதுவும் பாலமுரளி கிருஷ்ணா பாடுகிறபோது மாண்டு மயிலை கற்பகாம்பாள் போல ஜொலிப்பாள். எடுத்த எடுப்பிலேயே அந்த ராகத்தை அவர் ஜோராக ஆலாபனை செய்யும் விதமே பிரமாதமாக இருக்கும். அந்த கெத்தை படத்தில் பாலைய்யா அருமையாக காட்டியிருப்பார். 'ஒரு நாதமா.. சங்கீதமா..' போன்று பல அற்புத இடங்கள் பாட்டு முழுவதுமே! இந்தப் பாட்டில் பல்லவி மட்டுமே மாண்டுவிலும், அப்புறம் வரும் சரணங்கள் வெவ்வேறு ராகங்களில் ராகமாலிகையாக வருவதும் கே.வி. மகாதேவன் என்ற திரையுலக இசை மேதையின் அபார கற்பனை.

'எங்க வீட்டு பிள்ளை'யில் டி.எம்.எஸ். பாடும் 'குமரி பெண்ணின் உள்ளத்திலே', சுசீலாவின் 'நெஞ்சம் மறப்பதில்லை' இரண்டுமே அந்த காலத்தில் எல்லோரது மனதையும் கொள்ளை கொண்ட மாண்டு ராகப் பாடல்கள். இரண்டு பாடல்களுக்குமே இசை எம்.எஸ்.வி. ராமூர்த்தி ஜோடி. 'குமரி பெண்'ணில் காதல் ரசத்தை காட்டிவிட்டு 'நெஞ்சம் மறப்பதில்லை'யில் சோகத்தை பிழிந்திருப்பார்கள். இதில் வரும் பின்னணி இசையே நமக்கு இனம்புரியாத வேதனையை ஏற்படுத்தும்!

அடுத்து 'அழகன்' படத்தில் இடம்பெறும் 'ஜாதி மல்லி பூச்சரமே. சங்கத் தமிழ் பாச்சரமே' மற்றொரு ரம்மியமான பாடல்! எஸ். பி.பி.க்கு இப்படிப்பட்ட ஐஸ்கிரீம் பாடல் என்றால், கேட்கவா

வேண்டும்? ஜமாய்த்திருப்பார். இப்படத்தின் இசையமைப்பாளர் மரகதமணி நல்ல மெலடிகள் பலவற்றை தந்தவர். தெலுங்கிலிருந்து அவ்வப்போது தமிழுக்கு வந்து விட்டு போய்விடும் வித்தியாச கலைஞர். ட்யூனில் சற்று தெலுங்கு வாடை அடித்தாலும் காதில் சுலபமாக உட்காரும் அவரது பாடல்கள்.

ஏ.ஆர். ரஹ்மான் ஒரு மாண்டு ப்ரியர் என்பது சிலருக்கே தெரிந்த சுவாரஸ்யம். அவரே பேட்டிகளில் ஜாலியாக கூறியிருக்கிறார். இந்தி, தமிழ் இரண்டிலுமே அவ்வப்போது இந்த ராகத்தை பயன்படுத்தியுள்ளார். அண்மையில் பாடகி சுதா ரகுநாதன் பல இந்திய பிரபலங்களை ஆன்லைன் மூலம் செய்த நேர்காணலில் ரஹ்மானையும் சந்தித்தார். அப்போது “மாண்டு எனக்குப் பெரிய மயக்கம். அது போல எதுவும் இல்லை..” என்றார் சிரித்தவாறே இசைப்புயல்.

‘டூயட்’ படம் கே. பாலச்சந்தருக்கு தன் சாக்ஸபோன் காதலை நிறைவேற்றிக் கொள்ள ஒரு வாய்ப்பாக அமைந்தது என்றால், ஏ.ஆர். ரஹ்மானுக்கு தன் மாண்டு ப்ரியத்தை ஆசை தீர அனுபவிக்க ஒரு வாய்ப்பாக அமைந்தது என்று சொல்லலாம். தன் வீட்டு பாத்ரூம் ‘டப்’பில் மூழ்கியபடி மீனாட்சி சேஷாத்ரி ‘லல்லலா’ என்று மாண்டு ராகத்தை இழுக்க, அடுத்த வீட்டிலிருந்து அதை கேட்கும் இசை கலைஞர் பிரபு அந்த சங்கதிகளை சாக்ஸில் அருமையாக திருப்பித்தர.. ரசனையான இடங்கள்! கத்ரி கோபால்நாத்திற்கு பெரிய புகழை தந்த படம். அதுவே ‘அஞ்சலி.. அஞ்சலி புஷ்பாஞ்சலி’ என்று பிறகு டூயட்டாக மாறும்! எஸ்.பி.பி.யும், சித்ராவும் இந்தக் காதல் காட்சிக்கே இன்னும் மெருகு சேர்ப்பது போல் மெய் மறந்திருப்பார்கள். ‘அஞ்சலி.. அஞ்சலி.. என் உயிர் காதலி’ என்று எஸ்.பி.பி. அதிதார ஸ்தாயியில் சில வினாடிகள் நின்று விட்டு இறங்கி வரும் இடம் அசாதாரணமானது. அந்தக் குரல் ஏழுமலையானின் கொடை என்பதைத் தவிர வேறென்ன சொல்வது? பாடலின்போது ஆங்காங்கே பியானோவையும், புல்லாங்குழலையும் ரம்மியமாக வாசிக்க விட்டிருப்பார் இசையமைப்பாளர்.

“அந்த ரஹ்மான் எங்கே?” என்று இரண்டு வருடங்கள் முன்பு ஒரு பேட்டிக்காக பேசிக்கொண்டிருந்தபோது கேட்டேன். தலையை உலுக்கியபடி தனக்கேயுரிய பாணியில் வெகுளியாக சிரித்தார்.

ஏதோ யோசித்தவராய், 'என்ன திடீர்னு கேட்டுட்டீங்க? எல்லாம் சினிமாவில் அமையனும். நான் மட்டும் ஆசைப்பட்டால் நடக்காது' என்று இரண்டே வரியில் முடித்துக் கொண்டார். அடுத்தவர்களை தேவையில்லாமல் திட்டி தீர்ப்பது என்பதெல்லாம் அவருக்குப் பிடிக்காது என்பதல்ல.. அது அவருக்குத் தெரியாது. குறிப்பிட்ட ஒரு பாட்டைச் சொல்லி 'அதை ஏன் செஞ்சுருட்டியில் ஆரம்பித்து நீலாம்பரியில் முடித்தீர்கள்' என்று ஒருமுறை கேட்டபோது, அவரே 'ஹம்' பண்ணி பார்த்துவிட்டு, 'ஆமாம்... ஏன்னு தெரியலை... ஞாபகம் இல்லை. உங்களை மாதிரி ஆட்களிடம் இனிமேல் ஜாக்கிரதையாக இருக்கணும்' என்று சிரித்தார். இதுவே வேறொருவராக இருந்தால் 'என் இசையைப் பற்றி உனக்கென்ன தெரியும்? சட்ஜமம் தெரியுமா? மத்திமம் தெரியுமா? என்று ஏக வசனத்தில் தாவி குதித்திருப்பார்கள். அந்த கர்வம் தான் பலரை இங்கு வீழ்த்தியுள்ளது.

'சௌக்கியமா கண்ணே சௌக்கியமா' இசைப்புயலின் இன்னொரு பரம சௌக்கியமான மாண்டு. பாட்டு முழுக்க அழ அழகான ஜதிகளை வைத்து சேர்த்து கதம்ப மாலையாக்கி பிரமிக்க வைத்திருப்பார். இந்தப் பாடலை நித்யஸ்ரீ மகாதேவனைத் தவிர வேறு யாரிடம் தந்திருந்தாலும் இவ்வளவு உயர்வாக வந்திருக்குமா என்பது சந்தேகமே. குறிப்பாக பிரத்தியேக சினிமா பாடகிகள் இதை இவ்வளவு உயிரோட்டத்துடன் பாடியிருப்பார்களா என்பது கேள்விக்குறிதான்! பாடல் பதிவின் போது நடந்த ஒரு சம்பவம். பல்லவி முடித்துவிட்டு, அனுபல்லவி அதாவது சினிமா பாஷையில் முதல் சரணத்திற்கு ரஹ்மான் ட்யூனை யோசித்துக் கொண்டிருக்கிறார். நித்யஸ்ரீ, சட்டென்று 'மாண்டில் ஒரு கர்நாடிக் பாடலை பாடினால் இன்ஸ்பையர் ஆகுமா' என்று கேட்க... 'தாராளமா' என்று ரஹ்மான் உற்சாகமாகச் சொல்லியுள்ளார். 'வானத்தின் மீது மயிலாடக் கண்டேன்... மயில் குயில் ஆச்சுதடி..' என்று வள்ளலாரின் புகழ் பெற்ற பாடலை நித்யஸ்ரீ குரலெடுத்துப் பாட, அடுத்த நிமிடமே 'சூரியன் வந்து வாவென்னும் போது என்ன செய்யும் பனியின் துளி' என்று முதல் சரணத்தை அப்படியே வைத்துவிட்டார் ரஹ்மான். இரண்டு பாடலையும் கேட்டவர்களுக்கு இது புரியும். இந்த விஷயத்தை நித்யஸ்ரீயே ஒரு பேட்டியில் கூறியுள்ளார்!

நல்லதை யார் சொன்னாலும் திறந்த மனதுடன் ஈகோ இல்லாமல் ஏற்க வேண்டும் என்ற ரஹ்மானின் மனப்பான்மை அவரின் வெற்றியின் ரகசியங்களில் ஒன்றாக இருக்கலாம்! இப்பாடலை முடிக்கும்போது 'சௌக்கியமா' என்ற வார்த்தையை மட்டும் ஆறேழு முறை வெவ்வேறு சங்கதிகளுடன் பாடியிருப்பார் நித்யஸ்ரீ. எந்த பாட்டிற்கும், நல்ல ட்யூன் கிடைத்தால் போதும் என்று திருப்தியடைந்து விடாமல் தன் கிரியேட்டிவிட்டி பாடலின் ஒவ்வொரு அங்குலத்திலும் இருக்கவேண்டும் என்று எண்ணுவார் ரஹ்மான். நவ்ஷாத், மதன்மோகன், சலீல் சவுத்ரி போன்ற மேதைகளின் பாடல்களிலும் இந்த அணுகுமுறை தெரியும்.

'ஆறுமுகனை நேரில் காணாது, ஆறுமோ ஆவல்' என்று அந்த காலத்தில் எம்.எல். வசந்தகுமாரி ஆரம்பித்தவுடனேயே கைதட்டு பலமாக விழும். அவர் பல கச்சேரிகளில் பாடி இப்போது மாணவி சுதா ரகுநாதன் நிறைய பாடுகிறார். குறிப்பாக கல்யாண வரவேற்பில் இந்தப் பாடலை பாடாமல் சுதா நிகழ்ச்சியை முடித்ததில்லை. கண்ணன் அய்யங்கார் என்ற வைணவ ஆய்வாளர் கம்போஸ் செய்த பாடலிது. இவர் அதிகம் இது போல் பாடல்கள் இயற்றியதாக தகவல் இல்லை. இந்தப் பாடலில் இன்னொரு விசேஷம், தஞ்சாவூர் பக்கம் பாட்டு வாத்தியார்கள் பெண்களுக்கு எதை சொல்லி தருகிறார்களோ இல்லையோ 'ஆறுமோ ஆவல்' நிச்சயம் உண்டு. ஆகவே அக்ரஹாரங்களில் இந்தப் பாட்டு மாலை வேளைகளில் கேட்டால், அந்த வீட்டுப் பெண்ணைப் பார்க்க மாப்பிள்ளை வீட்டார் வந்திருக்கிறார்கள் என புரிந்து கொள்ளலாம்! ஜன்னல் வழியாக கேசரி வாசனையும் அடித்தால் உறுதி! இதே போல 'பெண் பார்க்கும் படல'த்தில் அக்காலப் பெண்கள் பாடும் இன்னொரு பாப்புலர் அயிட்டம், 'சரஸிஜநாம சோதரி' என்ற நாக காந்தாரி ராகப் பாடல். தீட்சிதரின் கீர்த்தனை. ஆக, நாற்பதை கடந்த தஞ்சை ஜில்லா அக்ரஹாரத்து பெண்கள் அவர்கள் சென்னையில் குடியேறியிருந்தாலும் யாரைக் கேட்டாலும் இந்த பாடல்களை மனப்பாடமாக இன்றும் பாடிக் காட்டுவர்! என்ன.. ஸ்ருதி மட்டும் வெளியே போய்விட்டு சாவகாசமாக திரும்பும்!

மாண்டில் மற்றொரு அருமையான பாடல், 'முரளிதர கோபாலா, முகுந்தா ஸ்ரீ வைகுந்தா' பெரியசாமி தூரன் இயற்றியது. பாம்பே ஜெயஸ்ரீ, சுதா ரகுநாதன், உன்னிகிருஷ்ணன் மூவருமே இதை

நிறைய பாடியுள்ளனர். குறிப்பாக ஜெயஸ்ரீக்கு இதற்கு ரசிகர்கள் அதிகம் உண்டு. வழுக்கிக்கொண்டு ஓடும் அவரது தேன் குரலில் இந்த ராகத்தை கேட்கும்போது அது தனி அனுபவமாக இருக்கும்.

மாண்டில் ஆயிரம் பாடல்கள் வரட்டும், போகட்டும்... எனக்கென்னமோ இராமலிங்க அடிகளாரின் 'வானத்தின் மீது மயிலாடக் கண்டேனு'க்கு அப்புறம்தான் எல்லாம் என தோன்றும். அதற்குக் காரணம் அந்த மகானின் சத்திய வரிகளும் கூட:

'ஜாதி சமய சழக்கை விட்டேன் அருள் ஜோதியை கண்டேனடி..

பொய்யை ஒழித்துப் புறப்பட்டேன் மன்றாடும் அய்யனை கண்டேனடி..'

'சாதி, மதம் என்கிற தீமையை விட்டொழித்தேன் ஜோதியை கண்டேன்..' என்கிறார். சழக்கை, அக்கச்சி போன்ற பல பழைய வார்த்தைகள் அவரது பாடல்களில் நிறைய இடம் பெறும்! அவரது அற்புதமான பாடல்கள் பலவை இசைப்படுத்தப் பட வேண்டும்! அப்போதுதான் வெளியுலகத்திற்கு கொண்டு வரமுடியும்! அப்படி தானே பாரதி பாடல்கள் பல ஜனங்களிடம் வந்தன...

9. சஹானா

குருக்ஷேத்திர யுத்தம் தொடங்கியவுடன் அர்ஜுனன் தன் உறவினர்கள் அனைவரையும் யுத்த களத்தில் எதிரிகளாக பார்த்து மனம் தளர்ந்து போகிறான். 'போர் புரிய போவதில்லை' என்று கிருஷ்ணரிடம் கூறி தன் காண்டீப வில்லை கீழே போட்டு விடும்போது, அவனுக்கு உபதேசம் செய்யும் கிருஷ்ணன், 'மரணத்தை எண்ணி கலங்கிடும் விஜயா' என்று கம்பீரமாக ஆரம்பிப்பார். 'கர்ணன்' படத்தில் வரும் சிலிர்ப்பான காட்சி. அர்ஜுனனாக முத்துராமனும், கிருஷ்ணராக என்.டி.ஆரும் பாத்திரம் புரிந்து நடித்திருப்பார்கள். இன்றும் ஐம்பதை கடந்தவர்கள் அந்தப் பாடலை தொலைக்காட்சியில் அல்லது யுடியூபில் கண்டு உணர்ச்சிவசப்படுவதுண்டு!

அர்ஜுனன் சமாதானமாகாமல், "கண்ணா.. உனக்கு எல்லாம் தெரியும். ஆனால், எனக்கு உன்னைத்தான் தெரியும். பரந்தா மனைத்தான் தெரியும். நீயா என்னை இந்த பாவத்திற்கு தூண்டுவது?" என்பார் நா தழு தழுக்க... "என்னை அறிந்தாய்... எல்லா உயிரும் எனதென்றும் அறிந்து கொண்டாய். கண்ணன் மனது கல் மனதன்றோ.." என்று சீர்காழி கோவிந்தராஜன் மந்திர ஸ்தாயியில் உருகுவாரே, அது அப்பட்டமான சஹானா. அதே பாட்டில், "மன்னரும் நானே, மக்களும் நானே, மரம் செடி கொடியும் நானே, சொன்னவன் கண்ணன், சொல்பவன் கண்ணன்..'' என்று மேல் பஞ்சமத்திற்கு போய் இந்த ராகத்தின் விஸ்வரூபத்தை காட்டுவார் சீர்காழி. விவரிக்க முடியாத அற்புதம் அது. அதன் பின்னும் தொடர்கிறது அந்தப் பாடல் காட்சி. விஸ்வநாதன் ராமமூர்த்தி, கண்ணதாசன், சீர்காழி நால்வரும் ராகமாலிகையாக வரும் அந்த யுத்த கள பாடல் காட்சியில் நம் நாடி நரம்புகள் முழுவதிலும்

இசையை பரவ விட்டிருப்பார்கள். சொல்லப் போனால் ‘கர்ணன்’ படத்தில் வரும் சிறிய பெரிய பாடல்கள் மொத்தம் பதினாறுமே ஒவ்வொன்றும் ஒவ்வொரு ரகம், ரத்னம். அந்த இசை மேதை எம்.எஸ்.விக்கு பத்மஸ்ரீ கூட கொடுக்கப்படவில்லை. நாகேஷ் இருக்கும்போதே விவேக் வாங்கவில்லையா? இங்கு அதிகார வர்க்கத்திற்கு எல்லாமே மரத்துப் போய்விட்டது.

சஹானா என்றாலே சட்டென நினைவுக்கு வரும் இன்னொரு அட்டகாசம்.. ‘பார்த்தேன் சிரித்தேன்..’ என்ற 1965ல் வெளிவந்த ‘வீர அபிமன்யு’ பாடல்! கே.வி. மகாதேவன் மென்மையான டூயட்டிற்கு இந்த ராகத்தை லட்டு போல பயன்படுத்தியிருப்பார். பி.பி. ஸ்ரீனிவாஸும், சுசீலாவும் பாடுவதை இரவு நேரங்களில் கேட்கும்போது நமது கவலைகள் எல்லாம் சில நிமிடங்களுக்கு பஞ்சாய் பறந்து போனது போன்ற ஒரு பிரமை ஏற்படும்! சரணங்களுக்கிடையே ரம்மியமாக வீணையை விட்டிருப்பார் இசையமைப்பாளர். பாடகர்கள் தொடாத சில நுணுக்கமான சங்கதிகளை அது அலட்சியமாக தொட்டுவிட்டு வரும்! குருவிகளை காண முடியவில்லை என்கிறார்கள் சுற்றுச்சூழல் ஆய்வாளர்கள். உண்மை. அத்தோடு வீணை ஓசையை கூட இப்போது சினிமா படங்களில் கேட்க முடியவில்லை. கண்ணதாசன் ‘தேன்.. தேன்’ என்ற பாட்டு வரிகள் ஒவ்வொன்றையும் முடித்திருப்பது அவரது அசாத்திய கற்பனையை சொல்லும்! பிறவி மேதைகளுக்கு எதுவும் சாத்தியம். கண்ணதாசன் பற்றி பேசும் போதெல்லாம் அவரது ஆத்ம பக்தரான பத்திரிக்கையாளர் சுதாங்கன் நினைவுக்கு வருகிறார். கவியரசரை அணு அணுவாய் ரசித்தவர். ஒரு நல்ல ரசிகன் தான் நல்ல பத்திரிகையாளராக இருக்க முடியும் என்பார்கள். அறிவை தேடித் தேடிப் போனவர், ஆரோக்கியத்தை அலட்சியப் படுத்திவிட்டாரே என்ற கோபம் அவர் மீது எனக்கு எப்போதும் உண்டு!

எம்.கே. தியாகராஜ பாகவதர் பாடி பலர் கேட்டிராத அருமையான சஹானா ஒன்று உண்டு. ‘சிவகவி’ படத்தில் ‘தமியேன் பைந்தமிழ் அன்னையின் பாலருந்தி தவழ் பாலன்’ என்றொரு பாபநாசம் சிவனின் பாடல். பாகவதரின் பல பாடல்கள் மேல் ஸ்தாயியில் சடுகுடு விளையாடி விட்டு திரும்ப வரும் என்றால் இப்பாடலை ரொம்பவும் சாத்வீகமாக பாடியிருப்பார். இது சற்று ஆச்சரியமாகக் கூட இருக்கும். இதே போன்று மனதை மயிலிறகாக வருடும்

மற்றொரு பழைய பாடல் 'என்னமெல்லாம் ஓர் இடத்தையே நாடுதே' என்று டி.எம்.எஸ். பாடுவது. 1958ல் வெளியான 'திருமணம்' படத்தில் எம்.எஸ்.வியின் குருநாதர் எஸ்.எம். சுப்பையா நாயுடு இசையமைத்தது. 'நெய்யும் தறியில் நூல் நெருங்குவது போலே, நேச முகம் இரண்டும் நெருங்குமா..' என்பது போன்ற சுவையான வரிகளை கேட்டுவிட்டு கவிஞரை ஆர்வத்துடன் தேடினேன். சுரதா! தமிழ் சமூகம் மறந்துபோன உன்னதமான கவிஞர். அந்த 'அமுதும் தேனும் எதற்கு.. நீ அருகினில் இருக்கையிலே எனக்கு' ஒன்று போதுமே!

'எங்கோ பிறந்தவராம்...' என்று சுசிலா சஹானாவை கெஞ்சலாக பாடும்போது அது எத்தனை சுகம்! வீணை ஜாம்பவான் எஸ். பாலச்சந்தரின் இயக்கத்தில், இசையில் 'பொம்மை'. சங்கீதம் முறையாக கற்காத சுசீலாவால் எப்படி அவ்வளவு சாஸ்த்ரிய சுத்தமாக பாட முடிந்தது என்பது வியப்பே. இப்பாடலில் பல்லவி, முதல் சரணத்தோடு இந்த ராகம் விடைபெறும். அப்புறம் அழ அழகான ராகங்கள் அணிவகுக்கும். இப்படத்தில் 'நீயும் பொம்மை, நானும் பொம்மை' என்று பாட வைத்து ஒரு மலையாள இளைஞரை தமிழில் அறிமுகப்படுத்தினார் எஸ். பாலச்சந்தர். அவரே பின்னர் தென்னக சினிமா இசையின் அரை நூற்றாண்டு கால வரலாறாக, அய்யப்ப பக்தி பாடல்களுக்கு அடையாளமாக விளங்கும் கே.ஜே. ஜேசுதாஸ்!

சஹானாவை ஜாலியான, ரகளையான பாட்டிற்கும் கொண்டுவர முடியும் என்பதை அட்டகாசமாக நிரூபித்தவர் தேவா. 'அவ்வை சண்முகி'யின் 'ருக்கு ருக்கு ருக்கு அரே பாபா ருக்கு' பாடலைத்தான் சொல்கிறேன். வீட்டு விசேஷத்தில் மடிசார்கள் ஹால் முழுக்க அமர்ந்திருக்க, 'சண்முகி' கமல் பாட்டு ஆரம்பிக்கும்போதே தியேட்டர் அலரும். கமலும், சுஜாதாவும் அந்தப் பாடலை அவ்வளவு அழகாக, ராகத்திலிருந்தும் பெரிதும் விலகாமல், பாட்டின் களேபர 'மூடை'யும் புரிந்து கொண்டு பாடியிருப்பார்கள். அற்புதமான ராக ஞானமுள்ள தேவாவால் அது சாத்தியமானது. 'ஞாயிறு ஒளி மழையில்' காலத்திலிருந்து கமலின் குரலை கவனித்து வருகிறேன். பழைய நடிகர் சந்திரபாபு போல அது ஒரு தனி குரல். தன் குரல் எவ்வளவு மேலே போக முடியும் என்பதை புரிந்து கொண்டு இன்றுவரை பாடுகிறார். 1975ல் வெளியான 'அந்தரங்கம்'

படத்தில் வரும் அதுவே அவரது முதல் பாடல்! (அவர் மழலையாக ஏதாவது பாடியிருக்கலாம். அவற்றை கணக்கில் சேர்க்கவில்லை) ஆக, உலகநாயகன் பாட வந்து 45 வருடங்கள் ஆகிவிட்டது.

ஒரு பாடல் காட்சியில் எல்லாமே அற்புதமாக அமைவது என்பது சற்று அபூர்வமான ஒன்று. பாடல் வரிகள், இசை, காட்சியமைப்பு, கதாபாத்திரங்கள் தேர்வு... இப்படி சில விஷயங்கள் உள்ளன. 'பார்த்தாலே பரவசம்' படத்தில் இயக்குனர் சிகரம் கே. பாலச்சந்தர் அப்படியொரு பிரமிப்பான காட்சியை கொண்டு வந்திருப்பார் 'அழகே சுகமா' பாடலில்! இந்த பாடலுக்கு ஏ.ஆர். ரஹ்மான் சஹானாவை தேர்ந்தெடுத்தது மிரட்டலான விஷயம். சில இடங்களில் த்வஜாவந்தி ராகத்தையும் கலந்திருப்பார். பெரிய ஹோட்டல்களில் தயிர்வடை கேட்கும்போது, அதன் தலையில் பூந்தியை தூவி எடுத்து வருவார்களே... அப்படி ஒரு கற்பனை இசைப்புயலுக்கு! ஸ்ரீனிவாஸும், சாதனா சர்க்கமும் காதலை ஆராதித்திருப்பார்கள். பட்டு கத்தரித்தது போல் என்பார்களே அது போன்றதொரு அழகு, மென்மை! ஸ்ரீனிவாஸுக்கு அந்தக் கால ஏ.எம். ராஜா போன்ற இதமான குரல். 'தலைவா சுகமா.. சுகமா..' என்று சாதனா, சஹானாவை மேலே போய் நிறுத்தும்போது, 'மூக்குத்தி அம்மன்' நயன்தாராவின் பேரழகு. கவிஞர் வைரமுத்து பாட்டு நெடுகவே மாறுபட்டு சிந்தித்திருப்பது புரியும். 'வீடு வாசல் சுகமா, உன் வீட்டு தோட்டம் சுகமா, பூக்கள் எல்லாம் சுகமா, உன் பொய்கள் எல்லாம் சுகமா..' என்று நாயகி அடுக்குவது எல்லாம் ரசனையானவை. காதலர்களின் பிரிவு ஏக்கத்தை இவ்வளவு அழகாக வெளிப்படுத்திய பாடல் அப்புறம் இதுவரை நான் கேட்கவில்லை! எல்லாவற்றையுமே 'குத்தாக' கம்போஸ் செய்ய நினைத்தால் 'சத்தான' பாட்டு எப்படி கிடைக்கும்?

டைரக்டர் கே.பி. பெரிய சஹானா ரசிகரா இருந்திருக்க வேண்டும். தனது ஒரு சீரியலுக்கே அந்த பெயரை வைத்தார். அப்புறம் 'ரயில் சினேகம்' என்ற சீரியலில் 'இந்த வீணைக்கு தெரியாது, இதைச் செய்தவன் யாரென்று' என்று சஹானாவில் வி.எஸ். நரசிம்மன் ஒரு பாடலை தந்திருப்பார். கொள்ளையழகு. பாட்டு முழுவதும் வீணை கொஞ்சிக் கொண்டே ஓடி வரும். வரிகள் கவிஞர் வைரமுத்து! 'மலையில் வழுக்கி விழுந்த நதிக்கு அடைக்கலம் தந்தது கடல் தானே..' என்று முதல் சரணத்தில்

வரும் கவிஞரின் ஒரு சுவையான வரியை அந்த சீரியல் வந்து 30 வருடங்கள் ஆனாலும் என்னால் மறக்க முடியவில்லை. அந்த ராக தேவதையின் ஜீவனை புரிந்துகொண்டு அனுபவித்து பாடியிருப்பார் சித்ரா.

இளையராஜாவின் அபாரமான சஹானா எதுவும் இதுவரை என் காதுகளுக்கு எட்டவில்லை. கர்நாடக சங்கீதத்தை பொறுத்தவரை இந்த ராகத்தில் ஏராளமான கீர்த்தனைகள் உள்ளன என்றாலும் சட்டென்று உடனே நினைவுக்கு வருவது தியாகராஜரின் 'வந்தனமு ரகு நந்தனா'. இந்த ராகத்தில் அபரிமிதமாக இரக்க உணர்ச்சியும், கருணையும் கொட்டிக் கிடக்கும். அந்த உணர்வுகள் தியாகையரின் கீர்த்தனையில் அழகாக வெளிப்படும்! 'கிரிபை நெலகோனா ராமுனி' 'பாபநாசம் சிவனின் 'சித்தம் இறங்காதா', தஞ்சாவூர் சங்கர அய்யரின் 'சரவண பவா' உள்பட பல கீர்த்தனைகளை சொல்லலாம். தியாகராஜரின் 'கிரிபை நெலகோனா'வை பாடகி சாருலதாமணி பாடி கேட்டிருக்கிறேன். ஒவ்வொரு வரியிலும் ராக லட்சணத்தை பிரமாதமாக கொண்டு வந்திருப்பார். படு திறமையான பாடகி. இந்த சபா அரசியல், நம்மூர் பாடகிகளின் போட்டி, பொறாமை எதுவும் தேவையில்லை என இளம் வயதிலேயே ஆஸ்திரேலியாவிற்கு புறப்பட்டுப்போய் விட்டார். ஆராய்ச்சி கட்டுரைகள் எழுதுவது, மேற்கத்திய இசைக் கலைஞர்களுடன் இணைந்து நிகழ்ச்சிகள் நடத்துவது, கல்லூரிகளில் வகுப்பு எடுப்பது என்று பிரிஸ்பேனில் பிஸியாகிவிட்டார். அவரது 'இசைப்பயணம்' பெரிய வரவேற்பை இன்று வரை பெறுகிறது. அண்மையில் டாக்டர் பட்டம் கூட பெற்றுள்ளார் என்று முகநூலில் தெரிந்து கொண்டேன். மனமிருந்தால் மயிலாப்பூரைத் தாண்டியும் ஒரு உலகம் உள்ளது என்று நிரூபித்தவர்.

பல வித்வான்கள், விதூஷிகள் சஹானா பாடி கேட்டிருக்கிறேன் என்றாலும் எனக்குள் ஆழமாக இறங்கி விட்டவைகளில் ஒன்று... சில வருடங்களுக்கு முன்பு மயிலாப்பூர் தட்சிணாமூர்த்தி ஆடிட்டோரியத்தில் கிளாரிநெட் மேதை ஏ.கே.சி. நடராஜன் வாசித்தது. எண்பதை கடந்த வயதில், தரையில் கூட அமர முடியாமல் நாற்காலியில் அமர்ந்து வாசித்தவர், இந்த ராகத்தை அமர்க்களமாக மெருகேற்றி கொண்டு போன விதம் அசாதாரணமானது. இப்படி மேதைகள் வாசிக்கும்போதுதான் இந்த ராகத்திற்கு இவ்வளவு

ஜொலிப்பு, விஸ்தாரம் உண்டா என்று திகைக்க வைக்கிறது. அவரது வயசு காலத்தில் எப்படி வாசித்திருப்பார் என அன்று அருகிலிருந்த பலர் கண்கலங்க பேசிக்கொண்டனர்

நான் கேட்ட இன்னொரு அசுர சஹானா எதிர்பாராதது. சிவகங்கை மாவட்டம் பாகனேரியில் உள்ள சிவன் கோயிலில் ஒரு நடுத்தர வயது நாதஸ்வர வித்வான் வாசித்தது முகநூலில் பரபரப்பானது. கமலஹாசன் இதைக் கேட்டுவிட்டு 'இதற்கு அந்த சிவன் இரங்காவிடில் வேறு எதற்கு இரங்குவான்' என்று தனது வலைதளத்தில் கவிதையே எழுதியிருந்தார். அத்தோடு தன் கட்சிக்காரர் கவிஞர் சினேகனை சிவகங்கைக்கு அனுப்பி பார்க்கச் சொன்ன தகவலும் வந்தது. அந்த வித்வான் பெயர் பாகனேரி பில்லப்பன். பணம், பெருமை, அந்தஸ்து என அலையும் உலகில் திறமை தலைக்கேறாமல் தான் உண்டு தன் கோயிலுண்டு என வாழும் எளிமையான மனிதர். சுதா ரகுநாதனுக்கு கூட அவரது ராக ஆலாபனையை வாட்ஸ் அப்பில் அனுப்பியிருந்தேன். 'எடுத்த எடுப்பிலேயே சொக்கிப் போனேன்' என பதில் வந்தது. அன்று முதல் நேரம் கிடைக்கும்போது பில்லப்பனோடு பேசுகிறேன். 'எங்கோ இருக்க வேண்டியவர்' என்றேன் ஒரு நாள். 'சிவனோடு தானே இருக்கேன் அண்ணே. இதைவிட சிறந்த இடம் உண்டா' என்றார். எனக்கு வெட்கமாகிவிட்டது!

10. சிவரஞ்சனி

நமது இசையமைப்பாளர்களுக்கு இந்த ராகம் அவ்வளவு பிடித்திருக்க வேண்டும்! எத்தனை எத்தனை சிவரஞ்சினிகள்... தேடத் தேட புதையலாக வருகின்றன. இந்தப் பாடல் அழகு என்றால், மற்றொன்று இன்னும் அழகு! எனக்கு எப்போதும் உடனே நினைவுக்கு வருவது... 'உனக்கும் எனக்கும் இடையே என்ன வகையான விசித்ர பந்தம் இது' பாடலே! 1980களில் இந்தியா முழுக்க காதலர்களின் தேசிய கீதமாக ஒலித்த பாட்டு. 'ஏக் துஜே கெலியே' படத்தின் 'தேரே மேரே பீச் மே... கைசா ஹை யே பந்தன் அஞ்ஞானா' வரிகளைதான் எனக்குத் தெரிந்த இந்தியிலிருந்து மொழி பெயர்த்தேன்! தமிழ் கமல் இந்தி பேசும் ரதி அக்னிஹோத்ரியை கோவாவில் மாய்ந்து மாய்ந்து காதலிக்கிறார். இறுதியில் அது நிறைவேறாது போகிறது. டைரக்டர் கே.பி.யின் நெஞ்சைத் தொடும் படம். இதற்கு முன் 1978ம் ஆண்டு 'மரோ சரித்ரா' என தெலுங்கில் வெளியாகி ஒரு வருடம் ஓடியது தான் அசல்!

'தேரே மேரே' பாடல் சோக ராகமான சிவரஞ்சனியில் அவ்வளவு கச்சிதமாக உட்காரும். இந்தக் காதல் துயரத்தில் தான் முடிய போகிறது என்பதை 'சிம்பாலிக்காக' சொல்லத்தான் அதை தேர்ந்தெடுத்தார்களா இசையமைப்பாளர்கள் லட்சுமிகாந்த் பியாரிலால் எனத் தெரியவில்லை. தெலுங்கிலும் இதே ராகம். பாடலின் மெல்லிய சோகமே கேட்க கேட்க சுகம். லதா மங்கேஷ்கரும், எஸ்.பி.பியும் பாடுகிறபோது அந்த ராகம் இன்னும் அழகாக இருக்கும். சிவரஞ்சனிக்கு 'சிக்னேச்சர்' பாடல் என சொல்வேன்.

மனதை சட்டென்று பாரமாக்கிவிடும் ராகம் இது. கருணை ரசத்தின் வெளிப்பாட்டிற்கும் இதை இசையமைப்பாளர்கள் பயன்படுத்துவது உண்டு. இந்துஸ்தானியிலிருந்து நம்ம ஊருக்கு வந்தது இது. இங்கு பாடும் சிவரஞ்சனிக்கு ஆரோகணம் அவரோகணம் இரண்டிலும் ஐந்து ஸ்வரங்கள். இதற்கு மிகவும் நெருக்கமான ராகங்கள் என்றால் நீலமணி மற்றும் விஜயநாகரி. சினிமா பாடல்களை பொறுத்தவரை சிவரஞ்சனியில் பல சமயங்களில் இந்த இரண்டு ராகங்களும் கலந்தே இருக்கும். அவர்களுக்கு காதிற்கு இதமாக இருந்தால் போதும். இலக்கணத்தைப் பற்றியும், ராக லட்சணங்களைப் பற்றியும் மானாமதுரைக்காரர்களுக்கு என்ன கவலை?

கர்நாடக சங்கீதத்தின் மும்மூர்த்திகள் இந்த ராகத்தில் கீர்த்தனைகள் இயற்றவில்லை. காரணம், 20ம் நூற்றாண்டிற்கு பின்பே இது அதிகம் புழக்கத்திற்கு வந்ததாக இசையுலக வல்லுனர்கள் சொல்கிறார்கள். தவிர, இது விஸ்தாரமாக பாடுவதற்கு அழுத்தமான ராகமும் இல்லை. ஆனால் இதில் சில இனிய துக்கடாக்கள் இசை வட்டாரத்தில் பிரபலம். அவற்றில் ஊருக்கே தெரிந்தது.. ‘குறையொன்றுமில்லை மறைமூர்த்தி கண்ணா’. பாடலின் முதல் பகுதிதான் சிவரஞ்சனியே தவிர அப்புறம் சரணங்களின் ராகங்கள் மாறும். எம்.எஸ். உபயத்தால் பட்டிதொட்டியெல்லாம் பரவியது. ராஜாஜி எழுதி கடையநல்லூர் வெங்கட்ராமன் என்பவரால் இசையமைக்கப்பட்டது. சங்கீத உலகில் திகட்டிப் போகும் அளவிற்கு பாடி இன்னும் பாடுகிறார்கள் நம் பாடகிகள்! காலம் காலமாக கொலுவுக்கு நிச்சயம் உண்டு.

இந்த ராகத்தில் மகாராஜபுரம் சந்தானம் பாடும் ஒரு தில்லானா ரொம்ப பிரசித்தி பெற்றது. அவரது வசீகர குரலில் அது ஓஹோவென்றிருக்கும். இப்போது அவரது சிஷ்யர் டாக்டர் கணேஷ் அந்த வழியில் பாடுகிறார். ‘என்ன கவி பாடினாலும் உந்தன் மனம் இரங்கவில்லை... முருகா.. என்று மதுரை சோமு ஒரு உருப்படியை பாடுவார். அந்த உருக்கம் அவரது குரலுக்கு மட்டுமே சொந்தம். இப்பாடல் சிவரஞ்சனிக்கு நெருக்கமான நீலமணி என்றாலும், சிலர் சிவரஞ்சினியிலும் பாடுகிறார்கள்.

'அன்னையும் அறியவில்லை
தந்தையோ நினைப்பதில்லை
மாமியும் பார்ப்பதில்லை
மாமனோ கேட்பதில்லை..'

என்று அனு பல்லவியை பாடும்போது அவர் குரல் உண்மையிலேயே கமறும். 'குருநாதா' என கலங்குவார்.

'என்ன கவியை' பெண்களில் அருணா சாய்ராம் தொடர்ந்து பாடுகிறவர். 'மாடு மேய்க்கும் கண்ணா'வுக்கு சமமாக சீட்டு வரும் பாடல். வித்வான்களில் சூரிய பிரகாஷ் நிறைய பாடுகிறார். மதுரை மணி அய்யரின் சிஷ்ய பரம்பரையில் வந்தவர் என்றாலும் மதுரை சோமு என்றால் அவருக்கு உயிர்! இந்த பாடலில் அவர் போலவே உருகுவார்! சரி, சினிமாவுக்கு திரும்பலாம்.

'தில்லானா மோகனாம்பாளில்' வரும் 'நலம்தானா'வை அவ்வளவு சுலபமாக மறக்கமுடியுமா? இதில் சிவரஞ்சனியுடன் நீலமணியும் கலந்திருக்கும். இப்பாடலில் எந்த வரியை சொல்வது, எதை விடுவது? மதுரை எம்.பி.என். சேதுராமன், பொன்னுசாமியை ஒரே இரவில் வானத்தில் வட்டமடிக்க விட்ட பாடல். அதே போல் பி. சுசீலா!

'என் கண் பட்டதால் உந்தன் மேனியிலே
புண் பட்டதோ அதை நான் அறியேன்
புண் பட்ட சேதியை கேட்டவுடன்
இந்த பெண் பட்ட பாட்டை யார் அறிவார்?'

சுசீலாவின் உருக்கமும், நாதஸ்வரம் அதை வாங்கி வாசிக்கும் விதமும், அந்த மகா மேதை மகாதேவனுக்கு ஒரு கும்பிடு போடச் சொல்லும். சிவாஜி, பத்மினியின் காதல் மனதை எவ்வளவு மென்மையாக சொல்லிவிட்டார்... கவியரசர் கண்ணதாசன்! குறிஞ்சி மலரை போன்ற அபூர்வம் அது.

'ஆண்டவனே உன் பாதங்களை நான் கண்ணீரில் நீராட்டினேன்' என்று சௌக்கார் ஜானகி, 'ஒளி விளக்கு' படத்தில் உடம்பு பூராவும் கட்டு போட்டு உயிருக்கு போராடும் எம்.ஜி.ஆர். எழுந்திருக்க வேண்டி பாடுவார். அதே பாட்டை முதல்வர் எம்.ஜி.ஆர்.

அமெரிக்காவில் சிகிச்சை பெறும்போதும் ரத்தத்தின் ரத்தங்கள் ஊர் பூராவும் மைக்கில் கதற விட்டதை மறந்திருக்க முடியாது. சுசீலாவிற்கு பெரிய பெயரை பெற்று தந்த சிவரஞ்சனி ராக பாடல். இது மெல்லிசை மன்னர் எம்.எஸ்.வியின் அற்புதம் என்றால் கே.வி. மகாதேவனின் அருமை 'கலைமகள் கை பொருளே'. படம் 'வசந்த மாளிகை' என்று சொல்லத் தேவையில்லை. முதல் சரணத்தில் 'நான் யார் உனை மீட்ட, வரும் நன்மைக்கும் தீமைக்கும் வழி காட்ட', என்று மத்திம காலத்தில் பாடிவிட்டு 'ஏனோ துடிக்கின்றேன்' என்று மேல் ஸ்தாயிக்குப் போய் மன்றாடுவது நெஞ்சை பிசையும் இடம். 'உன் சோகத்தில் நானும் பங்கு கொள்கிறேன்' என்பது போல பாட்டில் ஆங்காங்கே வீணை ஜோராக வந்து போகும். 'இதய வீணை தூங்கும் போது பாட முடியுமா?' அவரது இசையில் இதயத்தை தொடும் இன்னொரு சுசீலா பாடல்.

'நான் அடிமை இல்லை' படத்தில் 'ஒரு ஜீவன் தான்' என்றொரு ரஜினி, ஸ்ரீதேவி டூயட் உண்டு. எஸ்.பி.பியும், ஜானகியும் மெய்மறந்திருப்பார்கள். 'பாசங்களும் பந்தங்களும் பிரித்தாலும் பிரியாதது' என்று ஒரே வரியில் அந்த ராகத்தின் சாறை பிழிந்து தந்திருப்பார் இசையமைப்பாளர் விஜய் ஆனந்த். இப்பாடலை மிஸ்ர சிவரஞ்சனி என்றும் சொல்வர். காரணம் அன்னிய ஸ்வரம் சேர்ந்திருப்பதால்.

சிறை படத்தில் 'நான் பாடிக்கொண்டே இருப்பேன்' என்று கணீரென்று ஒரு பாடலை பாடுவார் வாணிஜெயராம். அந்தக் குரல் நம் ஆன்மாவை ஊடுறுவது போல் இருக்கும். தன் வாழ்வை நாசமாக்கிவிட்டு மரண படுக்கையிலிருக்கும் ராஜேஷுக்காக லட்சுமி உருகிப் பாடும் பாடல். அந்த முழு சோகத்தையும் வாணி, தன் குரலில் உள்வாங்கிப் பாடுவது போல் இருக்கும். சிவரஞ்சனிக்கு இதுவும் ஒரு முத்திரை பாடல். மடிசாரில் லட்சுமி உதடுகள் துடிக்க, புடவை தலைப்பால் கண்களை துடைத்தபடி பாடுவது தத்ரூபமான காட்சி. நடிகைகளில் பெரிய புத்திசாலியும் கூட. இப்போது குஷ்பு பாரதீய ஜனதாவில் சேர்ந்தது போல ஒரு காலத்தில் அவரும் சேர்ந்தார். எல்.கே. அத்வானி அகில இந்திய தலைவராக இருந்த நேரம் அது. சுதந்திரமாக செயல்பட விட்டிருந்தால் சட்டசபையில் ஏழட்டு சீட்டுகளுக்காவது வழி பண்ணியிருப்பாரோ என்னவோ... உள்ளூர் தலைவர்கள் விடவில்லையே! அவருக்கு கடுமையான

சுற்று பயணத் திட்டங்களை தந்து, ஒரே மாதத்தில் 'போதுமடா சாமி' என்று ஒதுங்கிக் கொண்டார்! கைக்கு வந்த சினிமா கவர்ச்சியான முகத்தை அப்போதே கோட்டைவிட்டது பிஜேபி!

இளையராஜாவிடம் வந்தால் இந்த ராகத்தில் தனக்குத் தெரிந்த அத்தனை அழகையும் கொட்டித் தீர்த்துள்ளார். சிவரஞ்சனியில் இன்னும் என்னென்ன கற்பனைகள் வைத்திருக்கிறாரோ.. தெரியவில்லை. 'உன்னைத்தானே தஞ்சம் என்று நம்பி வந்தேன் நானே, காத்திருந்து காத்திருந்து, வா வா அன்பே, உருகுதே இதயமே, குயில் பாட்டு..' என்று அடுக்கிக் கொண்டே போகலாம்! இயற்கையாகவே ஜேசுதாஸ் குரலில் ஒரு மெல்லிய சோகம், ஏக்கம் இருக்கும். அது 'உன்னை தானே' பாட்டுக்கு ரொம்ப பொருத்தமாக இருக்கும். சிவராஞ்சனியை இது போல பல காதல் டூயட்டுகளுக்கு ராஜா பிரமாதமாக பயன்படுத்தியிருப்பார்.

'பாட்டுச் சொல்லி பாடச் சொல்லி குங்குமம் வந்ததம்மா' என்று 'அழகி' படத்தில் சாதனா சர்கம் பாடியிருப்பார். அந்தக் குரல் காதுக்குள் கொஞ்சி விளையாடும். நந்திதா தாஸும் பார்த்திபனும் காதலை அவ்வளவு மென்மையாக வெளிப்படுத்தியிருப்பார்கள். தங்கர்பச்சானின் தரமான படைப்பு 'அழகி'. அற்புதமான இந்த கலைஞனை தமிழ் சினிமா உயரத்தில் உட்கார்த்தி வைத்திருக்க வேண்டும்! இந்தப் பாடலுக்காக சாதனா தேசிய விருது வாங்கியதாக நினைவு. 'மலையூர் மம்பட்டியானில்' 'சின்னப் பொண்ணு சேலை' என்று இளையராஜாவும், ஜானகியும் ஒரு கிராமத்து டூயட்டை பாடியிருப்பது வேறு வித அனுபவமாக இருக்கும். அப்போதெல்லாம் ராஜாவின் குரலில் ஸ்ருதி நின்றது. கடந்த நான்கைந்து வருடங்களாகத் தான் அது ரொம்பவும் கலைகிறது என்பது அவருக்கு ஏனோ புரியவில்லை. மானுடர்களுக்கு தான் ஸ்ருதி, லயம், பயம்.. எல்லாம். அனைத்தும் கடந்த ஞானிகளுக்கு எதுவும் இல்லையோ என்னவோ! அப்புறம், 'அடி ஆத்தாடி, இள மனசு ஒண்ணு இறக்கை கட்டி பறக்குது சரிதானா' என்று ஜானகி ஏகாந்தமாக பாட, இளையராஜா ஜோராக பின் தொடர்வோரே.. அந்த அருமை பாடலை எப்படி மறக்க முடியும்? 'கடலோர கவிதைகள்' படத்தில் பெயருக்கு பொருத்தமான பாடல். 1986ல் அப்படம் வந்தபோது பல மாதங்களுக்கு எங்கோ ஒரு மூலையில் அந்த பாட்டு ஒலித்துக் கொண்டே இருந்தது இப்போதும்

பசுமையாக நினைவில் உள்ளது! 'இதயத்தை திருடாதே' படத்தின் 'ஓ ப்ரியா ப்ரியா' பாடல் ராஜாவின் இன்னொரு ராஜாங்கம். சித்ராவும் எஸ்.பி.பியும் பாடும்போது இடை இடையே வரும் ராட்சஸ வயலின்களும், ஹம்மிங்குகளும் நம்மை மலைக்க வைக்கும். பாலைவன மண்ணில் ஹீரோ ஹீரோயினுடன் நாமும் நடப்பது போன்ற ஓர் உணர்வை ஏற்படுத்துவார் ராஜா.

'மணிக்குயில் இசைக்குதடி,'
'வானுயர்ந்த சோலையிலே,'
'பெத்து எடுத்தவன் தான்'..

உள்பட அவரது சிவரஞ்சனிகளை இன்னும் சொல்லிக் கொண்டே போகலாம்.

'திருடா திருடா'வில் 'கண்ணும் கண்ணும் கொள்ளையடித்தால்' ஏ.ஆர். ரஹ்மானின் மிரட்டல்! இந்த ராகத்தை களேபரமான காட்சிக்கு பயன்படுத்தியிருப்பார். மனோவை சற்று அழுத்தமான குரலில் பாட வைத்திருப்பது வித்தியாசமானது. 'தங்கத் தாமரை மகளே..' என்று மின்சார கனவு படத்தில் வருமே ஒரு அட்டகாசம். அது இசைப்புயலின் உன்னத கற்பனை. எஸ்.பி.பிக்கு தேசிய விருதை பெற்று தந்த பாடல். அரவிந்த்சாமி, கஜோல் ரொமான்ஸோடு பாடலும் சேரும்போது அக்காரவடிசலோடு கலந்த வறுத்த முந்திரி போல பரமானந்தம். 'ஜோடி'யில் நமது சீர்காழி சிவசிதம்பரம், ஸ்வர்ணலதாவுடன் பாடிய 'அஞ்சாதே ஜீவா' கூட சிவரஞ்சனி தான்! தந்தைக்கும், மகனுக்கும் உள்ள சாரீர சுத்தம் என்பது சங்கீத உலகில் அலாதியானது. அவர்கள் குரல் வானத்திற்கு சென்று திரும்பினாலும் பிசிறு தட்டாது. சொல்லப் போனால் மேலே செல்லும்போது சுகம் ஜாஸ்தியாகும்! 'கர்ணன்' பாடல்களை இப்போது கேட்டாலும் கண்கள் ஈரமாகிறதே! அப்புறம் அந்தச் 'சின்னஞ்சிறு பெண் போலே, சிற்றாடை உடை உடுத்தி..' சிந்துபைரவி பாடலை நான் எப்போது கேட்டாலும் பாடுவார் டாக்டர் சிவ சிதம்பரம். அப்பாவை கேட்பது போலவே இருக்கும்! லண்டனில் ஒரு கச்சேரியில் ஒரு முழு ஆங்கிலப் பாடலை பாடியிருக்கிறார் அவர். பக்கத்தில் தந்தை சீர்காழி, மகன் பாடுவதை பூரிப்புடன் கவனிப்பார். யூ ட்டூபில் தேடினால் கிடைக்கலாம்.

தேவா தன் பங்கிற்கு அழகான சில பாடல்களை தந்துள்ளார். பிரச்சினை, அவரது ஆத்மார்த்தமான உழைப்பு சில சராசரி

படங்களோடு சேரும்போது பாடல்கள் தான் முதலில் காணாமல் போகும். 'தெற்கு தெரு மச்சான்' படத்தில் 'ஏழேழு ஜென்ம பந்தம்', 'சந்தித்த வேளை'யில் 'பெண்கிளியே..' 'சோலையம்மா'வில் 'கூவுற குயிலு சேவலைப் பார்த்து படிக்குது பாட்டு' உள்பட சில பாடல்களை கேட்கும்போது, 'நல்லாத் தானே இருக்கு' என்று தான் முதலில் தோன்றியது. ஆரம்ப காலத்தில் இளையராஜாவும் இப்படி 'விழலுக்கு இறைத்த நீராக' பல நல்ல பாடல்களை தந்துள்ளார்!

'உயிருள்ளவரை உஷா'வில் 'வைகை கரை காற்றே நில்லு' கூட சிவரஞ்சனியே. ஆனால் அந்த ராகத்தின் முழு ஸ்வரூபமும் பாட்டில் வெளிப்படாது. மயிலாடுதுறை கல்லூரி காலத்திலிருந்து டி. ராஜேந்தரை அறிவேன். நல்ல ரிதம், ராக ஞானம் உள்ளவர். சுயம்புவாக மேலே வந்தவர். அதீத ஆசை! இல்லாவிட்டால் இன்று வரை திரை இசையில் நின்றிருக்க வேண்டியவர்! பெரும்பாலும் சுயம்புவாக வருபவர்கள் அடுத்தவர்களின் பேச்சை கேட்பதில்லை!

'பாண்டவர் பூமி'யில் 'அவரவர் வாழ்க்கையில்' பாடல் பரத்வாஜுக்கு பெரிய பெயரை பெற்று தந்தது. நல்ல கம்போஸர். இங்குள்ள குத்துப்பாட்டு கலாச்சாரத்தோடு ஒத்துப் போக விரும்பாமல் மகளும், பாடகியுமான ஜனனியோடு அமெரிக்காவில் தங்கி விட்டார். அவ்வப்போது சென்னை வருகிறார்.

இன்னும் கூட உள்ளன. தேடினால் கிடைக்கும்.

11. கௌரிமனோகரி

'திருவிளையாடல்' வெளிவந்து பல ஆண்டுகள் ஓடி விட்டாலும் இன்றைக்கும் 'கௌரிமனோகரி' என்றால் முதலில் நினைவுக்கு வருவது 'பாட்டும் நானே பாவமும் நானே' தான். திரை இசை மேதை கே.வி. மகாதேவன், ஏ.பி. நாகராஜன், கண்ணதாசன், டி.எம்.எஸ்., சிவாஜி என்று பெரிய கூட்டணியில் அமர்க்களம் செய்த பாடலாயிற்றே. இதன் ஒவ்வொரு வரியிலும் அந்த ராகத்தின் ஜீவன் தெரியும்.

'நான் அசைந்தால் அசையும் அகிலமெல்லாமே... அறிவாய் மனிதா உன் ஆணவம் பெரிதா' என்று கர்வம் பிடித்த பாடகராக வரும் பாலய்யாவிற்கு சிவாஜி சூடு கொடுக்கும் இடத்தில் இசையும், கவியரசரின் வரிகளும் போட்டியிடும். கடைசியில் வரும் ஜோரான ஸ்வரங்களும், அசாத்திய கொன்னகோலும் மகாதேவனின் சாஸ்த்ரிய சங்கீதப் புலமையை வெளிப்படுத்தும். வழக்கம்போல் நடிகர் திலகம் ஆங்காங்கே சற்று மிகையாக 'பாவத்தை' காட்டியிருப்பார் என்றாலும் அதில் பங்கரை இருக்காது. ஒரு 'கிளாஸிகல்' ராகத்தை நூற்றுக்கு நூறு அப்படியே தந்தும் பெரிய அளவில் ஹிட் பண்ண முடியும் என்று இப்படி பலமுறை நிரூபித்துள்ளார் மகாதேவன். இன்று இசையமைக்க சான்ஸ் கேட்டு வரும் ஓர் இளைஞன் முறையாக கர்நாடக சங்கீதம் கற்றவன் என்று டைரக்டரோ, தயாரிப்பாளரோ கேள்விபட்டால் அவன் உடனே நடையைக் கட்ட வேண்டியதுதான். கத்ரி கோபால்நாத்தின் மகன் மணிகாந்த் கத்ரிக்கு தமிழில் வாய்ப்பில்லையே. இத்தனைக்கும் இசையை அறிந்தவர். அதே போல் சாஸ்திரிய சங்கீதம் அறிந்த ஷான் ரோல்டான் மிருதங்க வித்வான் ஸ்ரீமுஷ்ணம் ராஜராவின் மகன். 'ராகவேந்திரா'

என்று வீட்டில் வைத்த பெயரை சினிமாவுக்காக வெள்ளைக்காரன் ஸ்டைலில் மாற்றி கொண்டார். அவர் திருவையாறு ஆராதனையில் பாடி கேட்டிருக்கிறேன். இந்த இளைஞனின் தாத்தா வேறு யாருமல்ல... புகழ்பெற்ற எழுத்தாளர் சாண்டில்யன்!

'பூந்தேனில் கலந்து, பொன் வண்டு எழுந்து..' என்று 'ஏணி படிகள்' படத்தில் எஸ்.பி.பி. பாடுவதும் இதே ராகம். 'பாட்டும் நானே' பாடலை அவ்வளவு சாஸ்த்ரியமாக அமைத்த மகாதேவன் இப்பாடலில் மார்கழியின் காலை நேர குளிர் காற்று போல மென்மையாக தந்திருப்பார். 'மலரே குறிஞ்சி மலரே' என்று 'டாக்டர் சிவா' படத்தில் மலையாள பாடல் ஸ்டைலில் ஒரு அழகான டுயட்டை கொடுத்திருப்பார் எம்.எஸ்.வி. ஜேசுதாஸும், ஜானகியும் கௌரிமனோகரியின் புதிய முகத்தை காட்டியிருப்பார்கள். பொருத்தமான இடங்களில் வீணையும், புல்லாங்குழலும் தலையை காட்டி விட்டு நகர்ந்து விடும். இன்னும் கொஞ்சம் வாசித்திருக்கலாமே என்று கூட தோன்றியது. நல்ல சிறுகதைகளை அதிகம் நீட்டாமல் முடித்துவிடும் போதுதான் அழகு. அப்போதே இனம் புரியாத ஒரு பாதிப்பை வாசகனிடம் அது ஏற்படுத்தும். நல்ல இசைக்கும் அது பொருந்தும்.

'களத்தூர் கண்ணம்மா' படத்தில் 'ஆடாத மனமும் ஆடுதே' என்று காதலை கொஞ்சுவார்கள் ஏ.எம். ராஜாவும், சுசீலாவும். ஆர். சுதர்சனம் இசை. ஓசை படாமல் அந்தக் காலத்தில் பல ஹிட் பாடல்களை தந்தவர். ஏ.எம். ராஜாவின் குரலிலேயே ரொமான்ஸ் உள்ளதால் இந்தப் பாடலை கேட்கும்போது பரமானந்தமாக இருக்கும். டிராயர் போட்ட குட்டி கமல் இதில் தான் அறிமுகமானார். அப்போதெல்லாம் 'வெடுக் வெடுக்'கென்று அழகாக பேசுவார். எல்லோருக்கும் புரியும்!

'நான் பாடும் பாடலுக்கு ஸ்வரம் சொல்ல முடியுமா' என எஸ். ஜானகியுடன் சேர்ந்து பாடுவார் சீர்காழி சிவ சிதம்பரம். எடுத்த எடுப்பிலேயே ராக லட்சணம் வந்துவிடும். குன்னக்குடி வைத்தியநாதனின் 'ராக பந்தங்கள்' படத்தில் வரும் எல்லா பாடல்களும் கேட்கும்படி இருக்கும். ஆனால், படம் சம்பந்தமில்லாமல் போகும்! நட்புக்காக சில படங்களை ஒப்புக்கொள்வார் -அது உப்புமா என்று தெரிந்தும்!

வாழ்வில் ஏற்பட்ட விரக்திக்கும் இந்த ராகத்தை பயன்படுத்தியுள்ளார் எம்.எஸ்.வி. 'தெய்வம் தந்த வீடு வீதியிருக்கு'! 'அவள் ஒரு தொடர்கதை' ரிலீஸான நேரத்தில் ஜேசுதாஸின் இந்த தத்துவ பாடல் ஆர்கெஸ்ட்ரா மேடைகளில் எல்லாம் பரபரப்பாக முழங்கியது. பாடல் முழுக்க டைரக்டர் கே. பாலச்சந்தரின் நகாசு வேலைகள் இருக்கும். அதே எம்.எஸ்.வி, கே.பி, ஜேசுதாஸ் கூட்டணியில் 'மனதில் உறுதி வேண்டும்' படத்தில் 'கண்ணா வருவாயா' என்றொரு பாடல். சுஹாசினிக்கு பெயரை பெற்று தந்த படம். ஜேசுதாஸும், சித்ராவும் அனுபவித்து பாடியிருப்பார்கள். தபேலா மட்டுமே பாட்டு நெடுக துள்ளிவரும். மெல்லிசை மன்னரின் அந்த சின்ன ஆர்மோனிய பெட்டிக்குள்ளிருந்து எத்தனை எத்தனை சங்கீத ஜனனங்கள்!

இந்த ராகத்தின் பெயரிலேயே 'கௌரிமனோகரியை கண்டேன்' என்று 'மழலை பட்டாளம்' படத்தில் கலப்படமின்றி ஒரு பாடலை அமைத்திருப்பார் எம்.எஸ்.வி. வாணி ஜெயராமும், எஸ்.பி.பியும் ஆத்மார்த்தமாக பாடியிருப்பார்கள். துணைக்கு தபேலா மட்டுமே. அவ்வளவு சங்கதிகளும் சுகமாக இருக்கும். அந்நிய ஸ்வரங்களை சேர்ப்பது என்பது மேக்-அப் போடுவது மாதிரி தான். சாதாரண சில்க் காட்டன், ஒற்றை செயினிலேயே ஒரு பெண் லட்சணமாக தோன்றும்போது எதற்கு செயற்கைப் பூச்சு வேலை? மகாதேவன், எம்.எஸ்.வியின் பல பாடல்களில் இந்தப் பூச்சு வேலை அதிகம் இருக்காது. காரணம், எது அழகு என்பதை தெளிவாக உணர்ந்தவர்கள். மலையாளத்தில் இசையமைப்பாளர் ஷரத் பாடல்களை கேட்டுப் பாருங்கள். கச்சேரியில் கேட்பது போல அவ்வளவு 'கிளாசிகலாக' இருக்கும். பாலமுரளி கிருஷ்ணாவிடம் முறையாக சங்கீதம் கற்றவர். சினிமா ரசிகனை இசையில் அடுத்த கட்டத்திற்கு கொண்டு போகும் முயற்சி அது. 'ஊதா கலரு ரிப்பன்' போன்ற பாடல்களிலேயே எத்தனை காலம் அவனை உழல விடுவது?

அப்புறம், மலைபிரதேசத்தில் 'சின்னச் சின்ன வண்ணக் குயில்' என்று ஏகாந்தமாக பாடி வருவார் ரேவதி. அந்த ஒரு பாட்டுக்காகவே 'மௌன ராகம்' படத்தை நான்கைந்து முறை பார்த்தவர்கள் உண்டு. இன்றைக்கும் மெல்லிசை நிகழ்ச்சிகளில் அதற்கு ஒரு தனி மவுசு.

இளையராஜாவின் அற்புத பாடல்கள் பட்டியலில் இது நிச்சயம். 'லா லா லல்லா' என்று ஜானகி ஆரம்பிக்கும்போதே சிலிர்ப்பாக இருக்கும். குறிப்பாக 'மாலை சூடி.. என்று ஜானகி நிறுத்தும் போது 'ம்.. ம்.. ம்' என்று ஒரு கோரஸ் வந்து போகும். 'மஞ்சம் தேடி..' என்கிற போது 'ம்' கோரஸ் மீண்டும் வரும். ராஜ கற்பனை அது. இசையை பற்றி எழுதும் போது இப்படிப்பட்ட கவித்துவமான இடங்களை எப்படி சொல்வது? சங்கீதம் அனுபவிக்க மட்டுமே... எழுதினால் அந்த உணர்வை ஓரளவே கொண்டுவர முடியும் அது ஆனானப்பட்ட தி. ஜானகிராமனாக இருந்தாலும்!

ஒரு முறை ஏற்காட்டிற்கு குடும்பத்தோடு சென்றிருந்தபோது, எமரால்டு லேக், பகோடா பாயிண்ட், லேடீஸ் சீட்... என்று எல்லா இடங்களையும் சுற்றி விட்டு பொட்டானிகல் கார்டன் பக்கம் வந்தோம். அதன் வெளியே ஒரு மேஜையில் பச்சையாக ஏதோ தென்பட, ஆர்வத்தில் அருகே போனோம். மேஜையில் கலர் கலரான மூக்குகளில் பிளாஸ்டிக் கிளிகள். எந்த ரியாக்ஷனும் இல்லாமல் மொபைலில் அந்த இளைஞன் கேட்டுக்கொண்டிருந்தது 'சின்ன சின்ன வண்ண குயில்'. எங்களிடம் 'புடிச்சதை எடுத்துக் கொள்ளுங்க... 40 ரூபாய்' என்ற ஒரு வரியோடு பாட்டில் லயிக்க போய்விட்டான். 'என்னவோ ஆசைகள், எண்ணத்தின் ஓசைகள்' என்று ஜானகி மெய்மறக்கும் போது, எங்களுக்காக சற்று நேரம் நாகரீக அமைதி காத்தவன், அந்த இசையின் இன்பத்தை கட்டுப்படுத்த முடியாமல் குரலெடுத்து பாட ஆரம்பித்து விட்டான். இரண்டு கிளிகளை வாங்கிக் கொண்டு அவனிடம் பேச்சுக் கொடுத்தபோது, 'ஈவினிங் வரை ராஜா சார் பாட்டுதான். சோற்றை கூட சமயத்தில் மறந்து விடுவேன்' என்றான் சிரித்துக் கொண்டே.

சென்னை பத்திரிகையாளர்களில் அவனுக்கு தெரிந்த ஒரே பெயர் மறைந்த நமது ஞாநி! என்னைப் போல அவரும் அங்கே வந்திருக்க வேண்டும். மீண்டும் வால்யூமை ஏற்றி ராஜாவிடம் ஐக்கியமாகிவிட்டான் பையன். அதுதான் இசைஞானியின் வெற்றி. இன்னும் 'கௌரிமனோகரி' பாக்கி உள்ளது.

சில நேரங்களில் ஆர்ப்பாட்டம் இல்லாத எளிமையான இசை கூட மனதுக்கு இதமாக இருக்கும் வத்தல் குழம்பு, சுட்ட அப்பளம்

போல! அந்த ருசியிலிருந்து வெளியே வர அவ்வளவு சுலபமாக முடியாது. 'தர்மத்தின் தலைவன்' படத்தில் 'முத்தமிழ் கவியே வருக... முக்கனி சுவையே வருக' டூயட் அப்படிப்பட்டது. இளையராஜாவின் இசையில் ஜேசுதாஸும், சித்ராவும் ஏகாந்தமாக பாடுகிறபோது கௌரி மனோகரியிடம் இனம் புரியாத ஒரு புதிய அழகு தெரியும். அதற்கேற்றபடி ரஜினியும், சுஹாசினியும் காதலை மிக மென்மையாக ஆராதித்திருப்பார்கள். வால்பாறை போன்ற மலை பிரதேசத்தில் மாலை நேரங்களில் காலார தேயிலை இலைகளை தடவியபடி நடந்து செல்லும் சுகம்! இதே போன்ற இன்னொரு அற்புதம் 'பூபாளம் இசைக்கும் பூமகள் ஊர்வலம்'! 'தூறல் நின்னு போச்சு' படத்தில் ஜேசுதாஸ், உமா ரமணனின் அழகு டூயட்! இளையராஜா உச்சத்திலிருந்த காலகட்டத்தில் உமா ரமணனும், ஜென்ஸியும் அவருக்கு நிறைய பாடியுள்ளனர். இருவரது குரலிலுமே இளமையின் பூரிப்பு இருக்கும். அவர்களை மிகச் சரியாக பயன்படுத்திக் கொண்டார் இசைஞானி. 'சொல்லத் துடிக்குது மனசு' படத்தில் 'பூவே... செம்பூவே உன் வாசம் வரும்' என்றொரு அருமையான ஜேசுதாஸ் பாடல் கூட இதே ராகம் தான். ஆனால் முதல் சரணத்தில் 'நிழல் போல நானும், நடை போல நீயும், தொடர்கின்ற சொந்தம், நெடுங்கால பந்தம்..' என்று நீலாம்பரி போல தாலாட்டியிருப்பார் ராஜா. அந்த மாற்றம் மிக அழகாக இருக்கும். ராதா ரவிக்கு அப்படியொரு அழகான பாட்டு அமைந்தது வியப்பான விஷயம். அந்தக் காலத்தில் 'வல்லவனுக்கு வல்லவன்' படத்தில் 'ஓர் ஆயிரம் பார்வையிலே' பாடலை அசோகன் பாடிக் கொண்டு போவது கூட இதே போன்றதொரு ஆச்சர்யம்! ராகம் வேறு என்றாலும்... வில்லன்களுக்கும் சில நேரங்களில் நல்ல பாட்டு அமைவதுண்டு.

'ராஜா மகள் ரோஜா மலர்' என்று ராதிகாவும், மோகனும் பாடும் டூயட்டை இப்போது கேட்டாலும் புதுசாக இருக்கும். 'பிள்ளை நிலா'வில் ஜெயச்சந்திரனும், ஜானகியும் பாடியிருப்பார்கள். 'கரகாட்டக்காரனி'ல் வீதியெல்லாம் முழங்கிய 'மாங்குயிலே' பாடலும் இந்த ராகத்தின் சாயல் தான்! தோண்ட தோண்ட வரும் அளவிற்கு கௌரி மனோகரியில் ராஜாவின் கற்பனை விரிந்து கொண்டே போகிறது. எங்கே நிறுத்துவது என்பதே பிரச்னை.

‘சந்தனத் தென்றலை ஜன்னல்கள் தண்டித்தல் நியாயமா..?’ என்று சங்கர் மகாதேவன் மேல் ஸ்தாயியில் நிறுத்துவார்... அது ‘கண்டு கொண்டேன் கண்டு கொண்டேன்’ படத்தில் ஏ.ஆர். ரஹ்மானின் சிலிர்ப்பான கற்பனை! பாட்டின் துவக்கத்தில் வரும் மிரட்டலான இசையும் ரிதமுமே, ‘இது ஒரு ஜீனியஸின் பாடல்’ என்பதை அடித்துச் சொல்லும். இடை இடையே ‘என்ன சொல்ல போகிறாய்’ என்று திரும்ப திரும்ப கேட்பதெல்லாம் தமிழ் சினிமா இசைக்கு அவர் போட்ட புத்தம் புதிய பாதை! இந்த புதிய முயற்சிக்கு ‘நீ என்ன சொல்லப் போகிறாய்..’ என தமிழ் ரசிகனை பார்த்து அவர் கேட்பதாக கூட எனக்கு தோன்றியது.

பல்லவி, முதல் சரணம், இரண்டாவது சரணம் என்ற மாமூலான பாட்டு அமைப்பையே பல பாடல்களில் உடைத்திருப்பார் ரஹ்மான். சரணம் முடிந்து பல்லவிக்கு எல்லா சமயங்களிலும் திரும்பி வருவதில்லை அவர். பி.ஜி.எம்.மில் கூட எதிர்பாராத இசை கோர்வை வரும். வாத்திய கருவிகளின் ஓசை வேறு விதமாக ஒலிக்கும். தொழில் நுட்பத்தோடு அவர் தொடர்ந்து மெனக்கெடுகிறார்... புதிய இசையை தேடுகிறார்... என்பது புரியும். சமீபத்தில் ஒரு பேட்டியில் கூட ‘வாரத்தில் ஏழு நாட்களும் ஒரே மாதிரியாக சாப்பிட்டால் போரடிக்காதா?’ என்றார். உண்மை.

‘ரோஜா ரோஜா’ என்று ‘காதலர் தின’த்தில் தன் வெல்வெட் குரலால் நம்மை வேறு ஒரு உலகத்திற்கு அழைத்துச் செல்வார் உன்னி கிருஷ்ணன். ரஹ்மானின் மற்றொரு அரிய முயற்சி.

வித்யாசாகரின் ‘சதுரங்க’த்தில் ‘விழியும் விழியும்’, மற்றும் ‘தென்றல்’ படத்தில் ‘வானவில்லின் வண்ணம்’, பரத்வாஜின் ‘ஜே. ஜே.’யில் ‘காதல் மழையே’ உள்பட இன்னும் சில கௌரி மனோகரிகள் உள்ளன. அவைகள் ஓஹோ அல்ல.. ஓ.கே. ரகம்!

கர்நாடக சங்கீதத்தை பொருத்தவரை இந்த ராகத்திற்கென்று ஒரு தனி இடம் உண்டு! இதற்கு ஆரோகணம், அவரோகணம் இரண்டிலும் எல்லா ஸ்வரங்களும் உண்டு என்பதால் இது ஒரு சம்பூர்ண ராகம் என்பார்கள். மேளகர்த்தா வரிசையில் இது 23 வது ராகம்! இந்த ராகத்தில் பல கீர்த்தனைகள் பாடப்படுகிறது என்றாலும் சட்டென்று நினைவுக்கு வருவது தியாகராஜரின்

'குருலேக எடுவண்டி'. 'நீ எவ்வளவு ஒழுக்க சீலராக இருந்தாலும் குருவின் ஆசி இல்லாமல் உன்னால் என்ன செய்ய முடியும்?' என்று கேட்கிறார். முழுக்க முழுக்க குரு பக்தியை சொல்வது. எம்.டி. ராமநாதனிலிருந்து டி.எம். கிருஷ்ணா வரை அத்தனை பேரும் அலசிய கீர்த்தனை. 'கருட கமணா வாசுதேவா' என்ற தியாகராஜரின் மற்றொரு கீர்த்தனையும் இந்த ராகத்தில் பிரபலம். பாபநாசம் சிவனும் 'கௌரி மனோகரா' என்ற பாப்புலர் பாடலை தந்துள்ளார்.

ஹிந்துஸ்தானியில் 'பட்தீப்' என்றொரு ராகம் இதற்கு மிகவும் நெருக்கமானது. நிறைய இந்திப் பாடல்களை இதில் கம்போஸ் செய்துள்ளனர் எஸ்.டி. பர்மன் போன்ற மேதைகள்!

12. அடாணா

சில விஷயங்களை வாழ்வில் நம்மால் மறக்க முடியாது. முதல் காதல், முதல் சம்பளம், முதல் விமானப் பயணம்... என்று ஒவ்வொருவருக்கும் ஒவ்வொரு மகிழ்ச்சி பட்டியல் இருக்கும். 'சலங்கை ஒலி'யில் மஞ்சு பார்கவி மேடையில் சுழன்று ஆட, அதை பார்த்துப் பரவசப்பட்டுப் போகும் கமல், உள்ளே சமையல்கட்டில் அதே பாடலுக்கு ஆடுவார்! சுற்றிலும் கோட்டையடுப்புகளில் மும்முரமாக இருக்கும் சமையற் கலைஞர்கள், மற்றும் கமலின் அம்மா வேலைகளை விட்டுவிட்டு பிரமிப்புடன் கவனிப்பார்கள். தியாகராஜரின் 'பாலகனகமய'வை ஒரு தேர்ந்த கர்நாடக இசைப் பாடகி போல பாடியிருப்பார் எஸ். ஜானகி. கமல் பிரமாதப் படுத்துவதை மறைந்திருந்து படமெடுப்பார் அவரை நேசிக்கும் ஜெயப்ரதா. மஞ்சு பார்கவி, கமல் இருவருமே முறையாக பரதம் கற்றவர்கள் என்பதால் இருவரிடமுமே அந்த நேர்த்தி தெரியும். பரதத்தில் அடவு சுத்தம், அங்க சுத்தம், அரை மண்டி சுத்தம் என்று மூன்று சொல்வார்கள். அந்த மூன்றையும் அவர்களிடம் பரிபூரண மாக காண முடியும்! குறிப்பாக 'ரா ரா தேவாதி தேவா, ரா ரா மகானு பாவா' என்று ஜானகி ராகத்தை இழைக்கும்போது, கமல் கரண்டி காம்பை தட்டுவாரே.. அது நயமான இடம்.. இப்படத்தின் இசையமைப்பாளர் இளையராஜா கீர்த்தனையின் அழகு துளியும் குறைந்துவிடாமல் ஜனரஞ்சகப் படுத்தியிருப்பார். மறக்க முடியாத பாடல். மனதை விட்டு அகலாத கவித்துவமான காட்சி. அன்றிலிருந்தே நான் அடாணாவிற்கு அடிமையாகிவிட்டேன். முப்பத்தேழு வருடங்கள் ஓடி விட்டன..!

இவ்வளவு அற்புதமான ஒரு கலைஞன் தேனியிலும், கம்பத்திலும் மைக் பிடித்துக் கொண்டு எடப்பாடி பழனிசாமிக்கு சவால் விட்டுக் கொண்டிருக்கிறார்! 'சலங்கை ஒலி', 'மகாநதி' போன்ற கிளாஸிக் சினிமாக்களை தர அவரிடம் இன்னமும் எக்கச்சக்க திறமை

கொட்டிக் கிடக்கிறதே என்று என் மனது அடித்துக் கொள்கிறது. ஆனால், ஒரு கலைஞன் மக்களது அவதிகள் தெரிந்தும், கண்டு கொள்ளாமல் வேறு ஒரு பாதுகாப்பான தளத்தில் இயங்க போய்விடுவது ஒரு வித சுயநலமாகி விடாதா என நீங்கள் கேட்டால் என்னிடம் பதில் இல்லை. என் ஆதங்கம் எனக்கு!

கம்பீரம், அதிகாரம், வீரம் போன்றவற்றுக்கு பெயர் பெற்ற ராகம்! அடாணாவை 'காமா சோமா' வித்வான்கள் பாடினாற் கூட 'பலே' சொல்ல வைக்கும். அந்த ராகத்தின் இயல்பான அழகு அப்படி! கிராமங்களில் தெருக்கூத்து நாடகங்களில் அறிமுகமாகும் ஒல்லியான பெரிய மீசை நடிகர் இந்த ராகத்தில் தான் பாதி ராத்திரியில் பாடிக்கொண்டு துள்ளி வருவார். அரை தூக்கத்திலிருக்கும் பெரிசுகள் சட்டென்று விழித்துக் கொள்ளும். நல்ல சாரீர வசதி இருந்தால் மேல் பஞ்சத்திற்கும் மேலேப் போய் மிரட்டலாம். அவ்வளவு 'ஸ்கோப்' இந்த ராகத்திற்கு உண்டு. சங்கராபரணத்தின் ஜன்யம் இது. 'அனுபவ குணாம்புதி' என்று தியாகய்யரின் கீர்த்தனையை அரியகுடி ராமானுஜ அய்யங்கார் பாடணும். கேட்கணும். ' ராஜகுல கலா ஷாப்தி ராஜா' என்ற சரண வரியில் திடீரென்று ஊசி வெடி சரம் போல படபடவென்று ஸ்வரம் போடுவது அபாரமாகயிருக்கும். 'நீ இரங்காயெனில் புகல் ஏது' என்றொரு பாபநாசம் சிவன் பாடலை காலஞ்சென்ற என்.சி. வசந்த கோகிலம் பாடுவார். உடம்பு உறைந்து போவது போல இருக்கும். என்ன ஒரு குரல்.. என்ன ஒரு மேல் ஸ்தாயி..

'தாயிரங்காவிடில் சேய் உயிர் வாழுமோ... சகல உலகிற்கும் நீ தாயல்லவோ...' என்ற சிவனின் அற்புத வரிகளை கோகிலம் குரலில் கேட்டால் அப்புறம் ஸ்ருதி போன கோலிவுட் குரல்களை கேட்கும் எண்ணமே வராது. ஸ்ரீ ரங்கம் கோபாலரத்தினம் என்ற பழைய பாடகியும் இப்பாடலை உருகி பாடுவதை கேட்டிருக்கிறேன். சுதா ரகுநாதனுக்கும் இது அதிக சீட்டு வரும் பாட்டு! 'கனக சபாபதிக்கு நமஸ்காரம் பண்ணடி பெண்ணே' என்று கோபாலகிருஷ்ண பாரதியின் கற்கண்டு பாடல் இதே ராகத்தில் அமைந்தது. பாம்பே சகோதரிகள் சி. சரோஜா, சி. லலிதாவும் அமர்க்களமாக பாடுவார்கள். சட்டென்று எம்.எஸ்ஸும், ராதா விஸ்வநாதனும் இணைந்து பாடுவதாக தோன்றும்! சீர்காழி கோவிந்தராஜன் கூட இப்பாடலை அடிக்கடி பாடுவதுண்டு.

கோடம்பாக்கம் வந்தால், பளிச்சென்று என் நினைவுக்கு வருவது, இசை அறிந்த உங்கள் பலருக்கு நினைவுக்கு வரும் அதே தான்... 'யார் தருவார் இந்த அரியாசனம்'! 'மகாகவி காளிதாஸ்' படத்தில் கே.வி. மகாதேவனின் இசையில் இடம் பெற்ற இப்பாடல் அந்த மேதையின் மிகச் சிறந்த பாடல்களில் ஒன்றாக சொல்லலாம்! 'மாணிக்க வீணையே...' என்று விருத்தம் போல சில வரிகளைப் பாடி, 'யார் தருவார்' என்று டி.எம்.எஸ். கணீரென ஆரம்பிக்கும்போது, அடாணாவை அதைவிட கம்பீரமாக தமிழ் சினிமாவில் யாரும் பாடியதாக நினைவில்லை. 'பேர் தரும் நூலொன்றும் கல்லாதவன், உயர்ந்த பேறு பெரும் இடத்தில் இல்லாதவன்' என்று கண்ணதாசன் தன் பங்கிற்கு ஜமாய்த்திருப்பார். பாடலின் இறுதியில் கேதார கௌளையில் முடித்திருப்பார் மகாதேவன். அக்கால சங்கீதப் பிதாமகர்கள் எது செய்தாலும் அது அழகாகத்தான் இருக்கும். நடிகர் திலகம் சிவாஜி, அந்தப் பாடலின் உணர்வை உள்வாங்கிக் கொண்டு வாயசைத்திருக்கும் விதம், முகபாவம் அவரால் மட்டுமே சாத்தியம்.

1959ல் வெளிவந்த 'தங்கப் பதுமை'யில் 'வருகிறாள் உம்மை தேடி' என்றொரு பாடலை எம்.எல். வசந்தகுமாரியும், சூலமங்கலம் சகோதரிகளும் பாடியிருப்பார்கள். விஸ்வநாதனும், ராமமூர்த்தியும் துளிகூட ராகத்திலிருந்து விலகாமல் 'அக்மார்க்' அடாணாவை தந்திருப்பார்கள். இந்த நடன பாட்டின் இறுதியில் போட்டி ஸ்வரங்களும் உண்டு. காதிற்கு அவ்வளவு சுகமாக இருக்கும். டி.ஆர். ராஜகுமாரியும், எம்.என். ராஜமும் வெளுத்திருப்பார்கள். இன்றைக்கு இப்படியொரு பாடல் காட்சியை நினைத்துக்கூட பார்க்க முடியவில்லை! இளையராஜாவால் முடியும் என்றாலும், ஜீன்ஸ் பையன்களும், தலைவிரி பெண்களும், 'தீப் பிடிக்க தீப் பிடிக்க முத்தம் கொடுடா'வில் மூழ்கிக் கிடக்கும்போது இதெல்லாம் 'அலர்ஜி'யாகிவிடாதா'..?

ரத்தக் கண்ணீர்' என்றாலே நமக்கு உடனே நினைவுக்கு வருவது எம்.ஆர். ராதாவின் அட்டகாசம் தான். அந்தக் 'கண்ணீரில்' அழகான அடாணாவும் கரைந்துள்ளது சிலருக்கே தெரிந்தது. 'கதவை சாத்தடி... கையில் காசில்லாதவன் கடவுளானாலும் கதவை சாத்தடி..' என்றொரு அடாணா ராகப் பாடலை எம்.எல். வசந்தகுமாரி பாடியிருப்பார். கேட்கவே பரமானந்தமாகயிருக்கும். சங்கதிகள், பிர்காக்கள் எல்லாம் குற்றால அருவி போல கொட்டும்.

மிருதங்கம் வாசித்தது யாரோ மகாவித்வான்! அந்த சொல் எல்லாம் அவ்வளவு தெளிவாக விழும். ஏன்... பாட்டையே வாசிப்பது போல் இருக்கும். இந்த நடன பாட்டின் இறுதியில் வரும் எம்.எல்.வியின் விறுவிறு ஸ்வரங்கள், அசாத்தியமானது.

இப்படத்திற்கு இசை யார் தெரியுமா? சிதம்பரம் ஜெயராமன்! வெகு சில படங்களுக்கே இசையமைத்துள்ள இவரின் குரல் வளம் தமிழ் சினிமாவில் இன்று வரை யாருக்கும் அமையாதது! கர்நாடக சங்கீத மேடையிலும் பெரிய ரவுண்ட் வந்திருக்க வேண்டியவர். திராவிட சித்தாந்தப் பின்னணியும், சினிமாவும் அவரை திசை திருப்பி விட்டு விட்டது. தமிழ் மட்டுமல்ல கன்னட படங்களில் கூட இவர் பாடிய பாட்டுக்களை கேட்டிருக்கிறேன். கன்னட சூப்பர் ஸ்டார் ராஜ்குமாரின் முதல் படமான 'பேடர கண்ணப்பா'வில் 'சிவப்பா காயோ தந்தே' என்றொரு அமர்க்கள பாடலை சி.எஸ். ஜெயராமன் பாடுவார். இன்று வரை ராஜ்குமார் ரசிகர்களால் விரும்பிக் கேட்கப்படும் பாடல்!

ராஜ்குமாரைப் பற்றி சொல்லும்போது நமது ரஜினியோடு ஒப்பிட்டு பார்க்காமல் இருக்க முடியவில்லை. இருவருமே ராகவேந்திர சுவாமி பக்தர்கள். அடாவடித்தனம், அகங்காரம் அறியாதவர்கள். எளிமையானவர்கள். யாரையும் புண்படுத்தக் கூடாது என்று எண்ணியவர்கள். இதில் சுவாரஸ்யமானது... 1980 களில் ராஜ்குமாரை யார் யாரோ அரசியலுக்கு இழுத்தார்கள். பெங்களூர் சதாசிவ நகரிலுள்ள அவரது வீட்டுக்கு சென்று அவரோடு 'யோகா' செய்வார்கள் அரசியல்வாதிகள். உடனே கன்னட பத்திரிக்கைகள் நம்மூர் போல இதற்கு அரசியல் சாயம் பூசி படத்தோடு செய்தி வெளியிடும். குண்டுராவ், வீரப்ப மொய்லி, பங்காரப்பா என்று பலர் இந்த பட்டியலில் உண்டு. ராஜ்குமார் ரொம்பத் தெளிவு! எதற்கும் தேவையின்றி பதிலளிக்க மாட்டார். நிருபர்கள் கேட்டால், சிரிப்பார். அவருக்கு அரசியல் ஆசை என்பது துளியும் இல்லை. ஆனால் ராஜ்குமாரை தன் குருநாதர் என்று சொல்லிக் கொள்ளும் ரஜினி, அரசியல் விஷயத்தில் மட்டும் ஆசைப்பட்டுவிட்டார். ஆனால் முழுக்க இறங்க ஆரம்பத்திலிருந்தே துணிச்சல் வரவில்லை. தானும் குழம்பி, மக்களையும் குழப்பி இறுதியில் 70 வயதில் ஜகா வாங்கி விட்டார்! தன் குரு ராஜ்குமார் வழியை தெளிவாகப் பின்பற்றியிருந்தால் அவருக்கு இந்த தர்மசங்கடங்கள் வந்திருக்காது!

அரசியலை ஒதுக்கி தள்ளிவைத்துவிட்டு அடாணாவிற்கு திரும்பலாம். 'யாரது யாரோ யாரோ... நெஞ்சிலே வந்தது யாரோ' என்றொரு அருமையான பாடல், காட்டாற்று வெள்ளத்தில் அடித்துச் செல்லப்பட்ட துளசி செடி போல் நம் பலரது காதுகளுக்கு எட்டாமலேயே போய்விட்டது. மழை காலத்தில் ஈசல் போல புறப்படும் அதிர்வு பாட்டுக்கள் பல நேரங்களில் நல்ல மெலடிகளை காலி பண்ணி விடுகிறது. 2010ம் ஆண்டு வெளிவந்த 'யாதுமாகி' படத்தில் ஜேம்ஸ் வசந்தன் இசையில் வந்த அழகான அடாணா! பாட்டின் ஆரம்பத்திலிருந்து ஆங்காங்கே வரும் புல்லாங்குழல் இந்த ராகத்தின் வெவ்வேறு ஸ்வரூபங்களை அம்சமாக வெளிப்படுத்தும். இளம் பாடகர்கள் பெல்லி ராஜ், ஸ்ரீ மதுமிதா இளமை கொஞ்ச பாடியிருப்பார்கள். மதுமிதா, பாடகி சாருலதா மணியின் சகோதரி. அக்காவைப் போலவே தங்கையும் ஆஸ்திரேலியாவில் குடியேறி விட்டார்.

ஏனோ தெரியவில்லை... கே.வி. மகாதேவன், எம்.எஸ்.வி., இளையராஜா போன்ற ஜாம்பவான்கள் கூட அடாணாவை அத்தி பூத்தாற் போல பயன்படுத்தினார்கள் என்றால் பிற்காலத்தில் வந்தவர்கள் ரஹ்மான் உள்பட பலரும் அந்த ராகத்தை சட்டை செய்யவே இல்லை என்பது நீண்ட தேடலுக்குப் பிறகு புரிந்தது! ஜேம்ஸ் வசந்தனிடமிருந்து திடீரென ஒரு அடாணா வந்ததே இதமான அதிர்ச்சி. அற்புதமான ராகங்களை எடுத்துக் கையாளவே ஒரு பெரிய சாமர்த்தியமும் இசை அறிவும் வேண்டும். கீ போர்ட்டையும், வெளிநாட்டு சாஃப்ட்வேர்களையும் நம்பியிருக்கும் கோலிவுட் உலகில் இதையெல்லாம் நினைக்க நேரமேது?

சொல்ல மறந்த கர்நாடக சங்கீத கீர்த்தனைகள் இரண்டு. 'ராம நாமமு.. ஜென்ம ரட்சக மந்திரம்..' மதுரை சோமு பல கச்சேரிகளில் பாடியிருக்கிறார். யூ ட்யூபிலும் உள்ளது. திடீரென தன் குரு சித்தூர் சுப்ரமணிய பிள்ளை பாணியில் அடாணாவை சற்று அதட்டலாக பாடிவிட்டு சிரிப்பார். அவர் ஒரு அதிசயம். இந்தக் கீர்த்தனையில் தியாகராஜர் முத்திரை இருந்தாலும் அவருடையது தானா என்ற சந்தேகமும் சங்கீத வட்டாரத்தில் உண்டு. இன்னொன்று, ஸ்ரீரங்கம் ரங்கசாமிப் பிள்ளையின் 'யார் உன்னைப் போல் ஆதரிப்பவர் ஆறுமுகத்தரசே'. திருவாதிரை களி போல அவ்வளவு சுவையான பாடல்.

13. திலங்

கேட்டவுடன் மனதுக்குள் ஒரு உற்சாகம், நேர்மறை எண்ணம் தோன்றி அன்று முழுவதும் எதிர்படுகிறவர்கள் அனைவரும் இனியவர்களாக தெரிவார்கள். அதாவது பூந்தோட்டங்களில் குபீர் என்று பீறிட்டு வரும் நீருற்றை பார்க்கும் போது ஏற்படும் மனக்கிளர்ச்சி. இந்துஸ்தானியிலிருந்து இறக்குமதி செய்யப்பட்ட அற்புதமான ராகம் திலங். கர்நாடக சங்கீதத்தில் மெயின் கீர்த்தனைகள் இதில் அதிகம் இல்லை என்றாலும் தனியாவர்த்தனத்திற்கு பிறகு பாடப்படும் கற்கண்டு துக்கடாக்கள் அதிகம். எழுந்து காபி பொடி வாங்கிக் கொண்டு பொடி நடையாக வீடு கிளம்பலாமா என்று 'எக்ஸ்க்யூஸ்மீ' சொல்ல வரும் கதர் ஜிப்பா அழகான திலங் ஆரம்பிப்பதை கேட்டு தன் எண்ணத்தை சற்று தள்ளிப் போடும் சக்தி இதற்கு உண்டு பாடுபவர் ஜீவனோடு பாடினால்!

சினிமாவில் ஜி. ராமநாதன் காலத்திலிருந்து ஹாரிஸ் ஜெயராஜ் வரை அவ்வப்போது இந்த ராகப் பாடல்கள் நிறைய வந்துள்ளன. 'சியாமளா சியாமளா ஜீவப்ரியே' என்று எம்.கே. தியாகராஜபாகவதர் எடுத்த எடுப்பிலேயே மேல் ஸ்தாயியில் ஆரம்பிப்பார். 1952 ம் ஆண்டு வெளிவந்த 'சியாமளா' படத்தில் இசைமேதை ஜி. ராமநாதனின் பிரமாதம். எஸ்.ஜி. கிட்டப்பா, பி.யு. சின்னப்பா என்று பாகவதரோடு கர்நாடக சங்கீதத்தை அள்ளித் தந்தவர்களை ஒப்பிடும்போது அனாயாசமாக மேலே போய்வரும் பிற்கால வித்வான்களை விரல் விட்டு எண்ணிவிடலாம். அதனாலேயே அவர்கள் அந்த ஜாம்பவான்களின் பாடல்களை கூட பெரும்பாலும் தொடுவதில்லை. சித் ஸ்ரீராம், சூர்ய பிரகாஷ் போன்ற ஒரு சிலர் ஓரிரண்டு பாடல்களை பாடுகிறார்கள். பெரும்பாலானவர்கள் அந்த

பக்கம் போவதில்லை. கொஞ்சம் மேலே போனாலே வயிற்று கடுப்பு வந்தது போல் திணறுகிறார்களே!

சிதம்பரம் ஜெயராமனின் அதிரும் குரலில் 'இன்று போய் நாளை வா'வை எப்படி மறக்க முடியும்? இந்த ராகத்தின் முத்திரை பாடல்! 'சம்பூர்ண ராமாயணத்தில்' ராவணனாக வரும் டி.கே. பகவதி வீணை வாசித்துக் கொண்டே வேதனையில் பாடும் போது அந்த சோகத்தை அப்படியே கொட்டியிருப்பார் கே.வி. மகாதேவன். ஓர் மகிழ்ச்சி ராகத்தை இதற்கு பயன்படுத்தி, அதுவும் இவ்வளவு பொருத்தமாக அமைந்தது எப்படி என்று ஆச்சரியமே மிகுகிறது. திருமணத்தின்போது தாலி கட்டியவுடன் 'ஆனந்தம் ஆனந்தம் ஆனந்தமே' என சோக முகாரியை சந்தோஷமாக இசைக்கவில்லையா..? மேதைகளால் எதுவும் முடியும்! முகாரி கருணை ரசத்திற்கு தான். சோகத்திற்கு என்பது எப்படியோ நடைமுறையில் வந்து விட்டது என சொல்பவர்களும் உண்டு. 'என்திசை வென்றேனே அங்கு இன்னிசை பொழிந்துணை கண்டேனே... என்று சி.எஸ். ஜெயராமன் பாடும்போது இப்போதும் உடம்பு சிலிர்க்கும்! ராவணன் கரகரப்ரியா ராகம் வாசிப்பதில் வல்லவன் என்றும் அப்படித்தான் சிவனை ஈர்த்தான் என்றும் கூறப்படுவதுண்டு.

'அழகன் முருகனிடம் ஆசை வைத்தேன்' பி. சுசிலா 'பஞ்சவர்ணக் கிளி'யில் பாடும் அட்டகாச மெலடி இன்னொரு திகட்டாத திலங்! விஸ்வநாதன் ராமமூர்த்தி இப்பாடலில் சுசீலாவை ஒரு தேர்ந்த கர்நாடக இசைப் பாடகி போல பாட வைத்திருப்பார்கள். முதல் சரணத்தின் கடைசியில் 'பெண்மையை வாழ வைத்தான்' என்று முடித்துவிட்டு மீண்டும் பல்லவிக்கு வரும்போது ஒரு நீண்ட சங்கதி போடுவார். அது அவ்வளவு சுலபமாக பலருக்கு வராத அசாத்திய சங்கதி. பாட்டின் கூடவே பயணிக்கும் தபேலாவை ரசிக்க ஞானமுள்ள காது வேண்டும்!

'நான் ஒரு குழந்தை', 'நீயும் நானுமா', 'நாளாம் நாளாம் திரு நாளாம்', 'இது உந்தன் வீட்டு கிளிதான்', அபிநய சுந்தரி ஆடுகின்றாள்..' உள்பட பல பாடல்களை ராமமூர்த்தியுடனும், பிற்காலத்தில் தனியாகவும் எம்.எஸ்.வி. இந்த ராகத்தில்

அமைத்துள்ளார். அவை சற்று ஜனரஞ்சகப்படுத்தப்பட்டவை. ‘அபிநய சுந்தரி’யில் சீர்காழி சிவ சிதம்பரம் அமர்க்களப் படுத்தியிருப்பார்!

இளையராஜா காலத்தில் அவ்வளவு சுத்தமான திலங்கை கேட்க முடியவில்லை. அந்த ராகத்தை தன் பாணியில் அந்நிய ஸ்வரங்களோடு அழகு படுத்தியிருப்பார். ‘சிந்து பைரவி’யில் ‘மனதில் உறுதி வேண்டும்’ பாடலை ஜேசுதாஸின் குரலில் கேட்கும்போது வேறு ஒரு ரம்மியமான உணர்வைத் தரும்! ‘காற்றினிலே வரும் கீத’த்தில் வரும் ‘சித்திரச் செவ்வானம்’ கூட மற்றொரு ராஜா பிராண்ட் மென்மை கீதம்! ‘இன்னும் என்ன செய்யப் போகிறாய்.. அன்பே’ என்று கமலும், குஷ்புவும் படு கிளுகிளுப்பாக பாடும் இளைய ராஜாவின் டூயட் கூட இந்த ராகமே. எஸ்.பி.பி.யும், ஜானகியும் திலங்கை கொஞ்சும்போது காதலை வெறுப்பவர்களுக்கு கூட ரொமான்ஸ் வரும்! இத்தனைக்கும் ‘சிங்காரவேலன்’ என்ற சாதாரண மசாலா படத்திற்கு ராஜா அவ்வளவு மெனக்கிட்டிருப்பார்! ‘டிசம்பர் பூ’க்களில் ‘இந்த வெண்ணிலா எங்கு வந்தது’ என்று ஜானகி பாடுவதும் இந்த ராகத்தின் ராஜாவின் மற்றொரு வண்ணம்!

‘வசந்த காலங்கள் இசைந்து பாடுங்கள்’ என்று ‘ரயில் பயணங்களில்’ ஒரு விறுவிறுப்பான பாடலை அமைத்திருப்பார் டி. ராஜேந்தர். ஜெயச்சந்திரன் பாடலில் திலங் சாயல் நிறைய இருக்கும். டி.ஆர். அதை உணர்ந்தே செய்தாரா ட்யூன் அப்படி அமைந்து விட்டதா என்பது அவருக்கே வெளிச்சம். பல சினிமா இசையமைப்பாளர்களுக்கு ‘ஸ்கேல்’ தான் தெரியும். தாடிக்காரருக்கு ராக ஞானத்தை விட ‘ரிதம்’ ஆர்வம் தான் அதிகம்! ‘என்னை தின்னாதே’ என்று ‘பார்த்தேன் ரசித்தேன்’ படத்தில் சங்கர் மகாதேவனும், அனுராதா ஸ்ரீராமும் மேற்கத்திய ஸ்டைலில் ஒரு பாடலை பாடியிருப்பார்கள். பரத்வாஜின் இன்னொரு அறியப்படாத முகம்! நயன்தாரா உல்லாசமாகப் பாடும் ‘என் அன்பே நாளும் நீ யின்றி நான் இல்லை..’ பாடலில் சாதனா சர்க்கம் ராகத்தின் குஷியை குரலில் அழகாக கொண்டு வந்திருப்பார். ஹாரிஸ் ஜெயராஜின் அழகான படைப்பு. ஜி.வி. பிரகாஷ், விஜய் அண்டனி உள்பட இன்னும் சிலர் இந்த ராகத்தில் கைவரிசை காட்டியுள்ளனர். ஆனால் அவற்றில் பெருசாக ஒன்றுமில்லை.

கர்நாடக சங்கீதத்தில் பல திலங் பாடல்கள் நெஞ்சை வருடுபவை. பாபநாசம் சிவனின் 'ஸ்ரீ கணேச சரணம்' பிரபலமானது. ஓ.எஸ். அருண் 'பிரபோ கணபதே' என்றொரு பாடலை தனது கச்சேரிகளில் தொடர்ந்து பாடுவார். கேட்க ஆனந்தமாக இருக்கும். சீர்காழி கோவிந்தராஜனின் 'கண்ணபுரம் செல்வேன், கவலையெல்லாம் மறப்பேன்' பாடல் போன தலைமுறைக்கு ரொம்ப பிரசித்தம். திலங்கில் துவங்கி ராக மாலிகையாக விரியும். நாகப்பட்டினம் பக்கமுள்ள திருக்கண்ணபுரத்தை தான் சொல்கிறார். சௌரிராஜ பெருமாள் எழுந்தருளியுள்ள புண்ணிய ஸ்தலம்! 108 திவ்ய தேசங்களில் ஒன்று. லால்குடி ஜெயராமன் கூட திலங்கில் ஒரு தில்லானா அமைத்துள்ளார்.

'ராமகிருஷ்ணர் வீட்டுக்கு வருகிறார். கதவைத் திறங்கள்' என்றொரு புரந்தரதாசரின் அருமையான நாமாவை கேட்டுப் பாருங்கள்! 'ராமகிருஷ்ணரு மனேகே பந்தரு பாகிலே தெரயிரே' என்ற இந்தப் பாடலை சஞ்சை சுப்ரமணியம் திலங்கில் பாடி அண்மையில் கேட்டேன். பாவபூர்வம். பக்திபூர்வம்! அப்புறம் மறந்து விட்டேனே.. 'சாந்தி நிலவ வேண்டும்'! சேது மாதவ ராவ் என்பவர் இயற்றிய இப்பாடல் இந்த ராகத்தின் மற்றொரு 'சிக்னேச்சர்' பாடல் எனலாம். மகாத்மா காந்தி இறந்தபோது டி.கே. பட்டம்மாள் பாடியதாக கேள்விப்பட்டிருக்கிறேன். இதை எம்.எஸ். நிறைய பாடியுள்ளார். இன்றைய பாடகிகள் பலர் பாடியிருந்தாலும், கிரிஜா ராமசுவாமி மனமுருகி பாடுவதை கேட்கும் போது 'ஓஹோ'வென்றிருக்கும். 'காந்தி மகாத்மா கட்டளை அதுவே..' என்று மேல் ஸ்தாயியில் கிரிஜா நிற்கும்போது மெய் சிலிர்க்கும், இந்த பெண்மணி சென்னை, இசைக் கல்லூரியின் முதல்வராக இருந்தவர். சங்கீதம், பரதம், மற்றும் ஹரிகதை ஆகிய மூன்று மேடைகளிலும் ஜமாய்ப்பவர். பரிசுத்தமான சங்கீதம். மற்றவர்களுக்கு அக்டோபர் 2ம் தேதி மட்டுமே 'காந்தி' நினைவுக்கு வரும்போது, கிரிஜா தொடர்ந்து கச்சேரிகளில் பாடுவது விசேஷமானது.

14. ரேவதி

மனதை என்னமோ செய்துவிடும் உணர்வு பூர்வமான, உருக்கமான ராகம். கருணை ரசமும் நிறைய உண்டு. இந்த ராகத்தில் சற்று நேரம் மெய் மறந்தால் வாழ்வில் நாம் இழந்த பல விஷயங்கள் நினைவுக்கு வந்து பெருமூச்சுவிட வைத்துவிடும்! ஆனால் அந்த சோகத்திலும் ஒரு சின்ன சுகம் உண்டு. நம் வீட்டில் விசேஷங்களின் போது வைதீக காரியங்கள் முடியும் தருவாயில், ஒரு பெரியவர் ராகத்துடன் மந்திரங்களை இழுத்துச் சொல்லுவார். சற்று லயித்துக் கண்களை மூடிக் கேட்டால் அது உங்களை வேறு உலகத்திற்கு அழைத்துச் சென்றுவிடும். நான்கு வேதங்களில் ஒன்றான சாம வேதம் அது ரேவதியில் அமைந்தது. 'சாம கானம்' என்றே அதை வேத பண்டிதர்கள் சொல்வதுண்டு.

இருபதாம் நூற்றாண்டில்தான் இது சங்கீதக்காரர்களால் கண்டறியப்பட்டு கீர்த்தனைகள் அமைக்கப்பட்டது என்பதால் இதில் மெயினான கீர்த்தனைகள் குறைவு. மும்மூர்த்திகள் இந்த ராகத்தில், கிருதிகள் உருவாக்கியதாக நான் தேடிய வரை தகவல் இல்லை. தயானந்த சரஸ்வதி சுவாமிகளின் 'போ.. சம்போ சிவ சம்போ சுயம்போ'வை கச்சேரி மேடைகளிலும், பரத மேடைகளிலும் திகட்டத் திகட்ட பாடி விட்டார்கள். யார் பாடினாலும் இந்தப் பாடலை பட்டி தொட்டியெல்லாம் பிரபலப்படுத்திய மகாவித்வான் மகாராஜபுரம் சந்தானத்தின் உருக்கத்திற்கு கிட்டே நெருங்க முடியாது. அவர் வேண்டுமென்றே 'சம்போ'..வை கடைசியாக க்ளைமாக்ஸ் நேரத்தில் வைத்துக் கொள்வார். 'போ' என்று அவர் ஆரம்பித்தவுடனேயே, 'என் உயிரினும் மேலான அன்பு உடன்பிறப்புகளே' என்று கலைஞர் நிறுத்தும்போது விழும் கைதட்டுக்கு குறைவிருக்காது!

'மகாதேவ சிவ சம்போ' என்று தஞ்சாவூர் சங்கர அய்யரின் அழகான கீர்த்தனையும் இதே ராகம். அற்புதமான வாக்கேயக்காரர். நல்ல நல்ல பாடல்களை படைத்துள்ளவர். சிந்து பைரவியில் 'மனதிற்கு உகந்தது முருகனின் ரூபம்' மற்றொரு அருமை. ஏனோ சங்கீத உலகம் அவருக்குரிய அங்கீகாரத்தை தரவில்லை. அன்னமாச்சார்யாரின் 'நானாடி பதுக்கு நாடகமா' தெலுங்கு கீர்த்தனையை பொருள் புரிந்து நீங்கள் கேட்டால் நிச்சயமாக கண்களில் நீர் கசியும். நமது பட்டினத்தார், திருமூலர் பாடல்கள் போல வாழ்வின் நிலையாமையை நெகிழ்ந்து நெகிழ்ந்து கூறியிருப்பார். இந்தக் கீர்த்தனையை எம்.எஸ். பாடும்போது அந்த சோகத்தின் பாரம் இன்னும் அதிகமாகும். அனு பல்லவியில் 'புட்டுடையு நிஜமு, பூவுடையு நிஜமு, நட்ட நடுமி பணி நாடகமு' என்பார். அதாவது 'பிறப்பதும் நிஜம். இறப்பதும் நிஜம். இதற்கு இடைப்பட்ட எல்லாமே நாடகம்' என்பவர் சரணத்தில் நாம் செய்யும் பாவ புண்ணியங்கள் பற்றியெல்லாம் தத்துவார்த்தமாக அலசுவார். 'வெங்கடேசப் பெருமாளின் பாதங்களை பற்றுவதே உலக வாழ்விலிருந்து விடுதலை பெற ஒரே வழி' என்று முடிப்பார். இந்த ராகத்திற்கு சிகரமான கீர்த்தனை அது!

இதேபோல அன்னமையாவின் இன்னொறு கீர்த்தனை 'ஆகட்டி வேலாள... அலபைன வேலாள'! 'நீ வாழ்வில் அத்தனையையும் இழந்துவிட்டாலும் ஹரி நாமத்தை ஜபித்தால் காப்பாற்றப்படுவாய்' என்பார் இந்த கீர்த்தனையில். ப்ரியா சகோதரிகள் இதை அவ்வளவு அனுபவித்துப் பாடுவார்கள். தெலுங்கு தேசக்காரர்கள் ஆயிற்றே... எஸ்.பி.பி. கூட பாடியுள்ளார். அன்னமைய்யா, புரந்தரதாஸர் போன்றவர்கள் முறையாக மும்மூர்த்திகள் போல கீர்த்தனைகளை ட்யூன் செய்து வைக்கவில்லை என்பதால் வெவ்வேறு வித்வான்கள் வெவ்வேறு ராகங்களில் அவற்றை பாடியுள்ளனர்.

இந்துஸ்தானியில் இந்த ராகத்திற்கு மிக நெருக்கமானது 'பைராகி பைரவ்'. பண்டிட் ஜஸ்ராஜ் இந்த ராகத்தை பாடுவதை கேட்டு அசந்து போனேன். அந்த சங்கதிகளை இன்றைய நம்ம ஊர் பாடகர்கள் தொடக்கூட முடியாது.

சினிமாவிற்கு வந்தால் என் நெஞ்சில் முதலில் கொஞ்சி வருவது, 'சங்கீத ஜாதி முல்லை..'! 'காதல் ஓவியம்' படத்தில் இளையராஜா

எஸ்.பி.பியை வைத்துக்கொண்டு ஒரு ரேவதி ராஜாங்கமே நடத்தியிருப்பார். 'என் நாதமே வா' என்று எஸ்.பி.பி. அலட்சியமாக மேலே போய் நிற்பதெல்லாம் பிறவிக் கலைஞர்களால் மட்டுமே சாத்தியம்! பாட்டின் இறுதியில் ராகத்தை மாற்றியிருப்பது ராஜ ஞானம்!

'மந்திர புன்னகை மின்னிடும் மேனகை' என்று 'மணல் கயிறு' படத்தில் எஸ்.பி.பியும், சசிரேகாவும் பாடியுள்ள டூயட் ரேவதியை சந்தோஷத்திற்காகவும் பயன்படுத்த முடியும் என நிரூபித்திருப்பார் மெல்லிசை மன்னர் எம்.எஸ்.வி. அதேபோல அவர் இசையில் 'மேகத்துக்கும் தாகமுண்டு' படத்தில் 'மரகத மேகம்' என்றொரு டூயட்டை எஸ்.பி.பியும், சுசீலாவும் பாடியிருப்பதும் இதே ராகம். 'அவன் அவள் அது' படத்தில் 'இல்லம் சங்கீதம், அதில் ராகம் சம்சாரம்' என்று சிவக்குமாரும், லட்சுமியும் கைகோர்த்து பாடும் எம்.எஸ்.வியின் டூயட்டையும் ரேவதியில் சேர்க்கலாம்!

'பிதாமகனில்' இளையராஜாவின் 'அடடா அகங்காரா', 'வா இந்தப் பக்கம்' படத்தில் ஷ்யாமின் 'ஆனந்த தாகம்', 'கிளிஞ்சல்களில்' டி. ராஜேந்தரின் 'விழிகள் மேடையாம்' உள்பட இன்னும் சில ரேவதிகள் காதுக்கு தெரிந்தாலும் அவை ரொம்ப ஒஸ்தி ரகமல்ல! சொல்லப்போனால் அந்த கால இசை மேதைகளிலிருந்து இன்றைய ரஹ்மான், அனிருத் வரை ரேவதியை ஏனோ பெரிதாக எடுத்துக் கையாளவில்லை என்பது என் வியப்பு. இத்தனைக்கும் இந்த ராகத்தில் இதயத்தைப் பிழிந்து எடுக்கும் அளவிற்கு அவ்வளவு 'ஸ்கோப்' உண்டு! 'குத்துங்கடா... வாத்தி கம்மிங்' என்று தாறுமாறான ரிதம், கூடவே இரைச்சலுக்கிடையே ஆளுக்கால் கத்துவதே பாட்டாகி, அதுவும் ஹிட்டாகும்போது ரசித்து ரசித்து இசையமைக்க நேரமேது?

15. காபி

நமது இசையமைப்பாளர்களுக்கு எந்த ராகம் தெரிகிறதோ இல்லையோ காபியை நிச்சயம் தெரிந்திருக்கிறது. கடந்த 70 ஆண்டுகளை சற்று உன்னிப்பாக கவனித்தால் நிறைய காபிகள் இங்கே ஜனித்துள்ளன. (அடுத்தவர் ட்யூனை அப்படியே உருவும் 'காப்பியும்' இங்கே ஏராளமாக புழங்குகின்றன என்பது வேறு கதை) பெரும்பாலும் நமது இசைமைப்பாளர்கள் காபியை அப்படியே தருவதில்லை. பில்டர் காபியில் சிக்கரியை தூக்கலாக கலப்பது போல ராகம் காபியில் தேஷ் கலந்துவிடுவது அதிகம் நடக்கிறது. அதில் ஒரு சுவை அலாதியாக இருப்பது மறுக்க முடியாத உண்மை. பாமரன் காதில் இறங்கினால் தானே பாட்டு ஹிட்டாகும்!

பழைய காபிகளுக்கு போவதற்கு முன் இமானின் சமீபத்திய அழகான காபி தழுவலை முதலில் கவனிப்போம். தேசிய விருது பெற்ற 'கண்ணான கண்ணே' என்னை திரும்ப திரும்ப கேட்க வைத்த பாடல். அஜீத்தின் 'விஸ்வாசம்' படத்தில் இடம் பெற்ற இப்பாடலை பாட வைக்க சித் ஸ்ரீராமை தேர்ந்தெடுத்தற்கே இமானுக்கு ஒரு தனி சபாஷ் போடலாம். அந்த உருக்கம் ஒவ்வொரு வரியிலும் வந்து நம்மை ஏதோ செய்யும். 'ஆராரிராரோ..' தாலாட்டு இன்னும் அழகு. சரி, இந்த பாட்டு முழுக்க காபியா என்றால் நிச்சயம் இல்லை. அஸ்திவாரம் மட்டுமே. சில இடங்களில் கீரவாணி ரம்மியமாக எட்டிப்பார்க்கும். சில இடங்களில் வாஸந்தி கூட வரும். அந்த அழகான கலவை தான் பாட்டை சூப்பர் ஹிட்டாக்கியுள்ளது.

அந்நிய ஸ்வரங்களை எப்படி லாவலகமாக உள்ளே கொண்டு வருவது என்பது தான் ஒரு இசையமைப்பாளரின் மனோதர்மம்... ஏன் கிரியேட்டிவிட்டி என்றும் சொல்லலாம்.

“ஒரே ராகத்தில் பாட்டை முடிக்க வேண்டும் என்று எந்த எந்த அழுத்தத்தையும் மனதில் வைத்துக் கொள்ள மாட்டேன். அந்த ‘ஃப்ளோ’ அமையும் போது சரியாக இருக்கும். கடைசியில் ரசிகனின் காதில் அது நிற்க வேண்டும்” என்று ஒரு முறை இசைபற்றி என்னிடம் அவர் தனிப்பட்ட முறையில் பேசியது நினைவுக்கு வருகிறது. உண்மை தானே. மெலடியை எப்போதும் விரும்புபவர் இமான் என்பது அவரது பல பாடல்களில் புரியும். ‘அய்யய்யோ ஆனந்தமே’, ‘ஏதோ மாயம் செய்கிறாய்’, ‘அழகிய அசுரா’, ‘கண்டாங்கி கண்டாங்கி’, ‘குறும்பா’, ‘பார்க்காதே பார்க்காதே..’ என்று தனது நூறு படங்களில் எத்தனையோ சூப்பரான மெலடிகளைத் தந்தவர். இவைகள் ‘காபிகள்’ அல்ல. குழம்பிக்கொள்ள வேண்டாம்.

சரி, மீண்டும் காபிக்கு வருவோம். அந்த காலத்து டி.ஆர். மகாலிங்கத்தின் ‘செந்தமிழ் தேன்மொழியாளி’ லிருந்து எத்தனை எத்தனை காபிகள் தமிழ் சினிமாவில் கொட்டிக் கிடக்கின்றன என்று ஆராய்ந்தால் திகைப்பே மிஞ்சுகிறது. இந்த ராகத்தின் பெரிய விசேஷம் சட்டென்று பாமரனின் காதுக்குள் இறங்கிவிடும் ஆற்றல் பெற்றது. மெல்லிசை மன்னர் எம்.எஸ்,வி.யின் ‘காலமிது காலமிது கண்ணுறங்கு மகளே’ இந்த ராகத்தில் போடப்பட்ட மிக சிறந்த தாலாட்டு பாடல் எனலாம். இன்று வரை பி.சுசிலாவின் குரலில் அந்த மென்மையும், மெல்லிய சோகமும் நம்மை எங்கோ இனம் புரியாத நிலைக்கு கொண்டு செல்லும். அப்புறம் கிட்டத்தட்ட அதே போன்றதோரு உணர்வை ஏற்படித்திய பாடல் இளையராஜாவின் ‘கண்ணே கலைமானே’. ஜேசுதாஸ் ஒவ்வொரு வரியையும் அனுபவித்துப் பாடியிருப்பார். ‘மூன்றாம் பிறை’ படத்தை அந்தப் பாட்டுக்காக பார்த்தவர்கள் பலர் உண்டு. இப்போது மெலடியே பல இளசுகளுக்கு விஷயமாகப் போயுள்ளது. ‘தம்’முக்கு கிளம்புகிறார்கள். ‘கண்ணே கலைமானே’, யில் கவியரசர் கண்ணதாசனின் ஒவ்வொரு வரியும் தாஸண்ணா பாடுகிற போது உயிர் பெறும். நம்மை கிறங்கடிக்கும். ‘ஊமை என்றால் ஒரு வகை அமைதி’… எதைச் சொல்ல எதை விட! ‘தளபதி’யில் வரும் ‘சின்ன தாயவள்’, ‘தண்ணி தொட்டி தேடி வந்த கண்ணுக்குட்டி…’ உட்பட ராஜாவின் காபி சாம்ராஜ்யம் வெவ்வேறு ரூபத்தில் நீள்கிறது.

'பார்த்திபன் கனவு' படத்தில் 'ஆலங்குயில் கூவும் ரயில்' என்றொரு அமர்க்கள மெலடியை தந்திருப்பார் வித்யாசாஹர். சாஸ்த்ரிய சங்கீத ஞானம் அபரிதமாக பெற்ற ஒரு இசையமைப்பாளர். தமிழ் சினிமா அவரை இன்னமும் பெரிய உயரத்திற்கு கொண்டு போயிருக்க வேண்டும் என்பது என் எண்ணம்.

அப்புறம் ஏ.ஆர். ரஹ்மானின் 'காதல் ரோஜாவே' மறக்க முடியுமா? காபிக்கு புதிய வண்ணம் அடித்து பிரமாத படுத்தியிருப்பார். அங்கே இசைப்புயலுக்கும், கவிப்பேரரசர் வைரமுத்துவிற்கும் அழகான போட்டா போட்டியே நடக்கும். 'முள்ளோடுதான் முத்தங்களா சொல், சொல்..' என மேல் ஸ்தாயியில் எஸ்.பி.பி நிறுத்தும் இடம், காபிக்கு மகுடம் சூட்டும் இடம். ஒரு ராக லட்சணத்தை பரிபூரணமாக உள்வாங்கிக் கொண்டால் தான் அப்படியெல்லாம் இசையமைக்க முடியும். 'இந்தியன்' படத்தில் இடம் பெற்ற 'பச்சைக்கிளிகள் தோளோடு' மற்றொரு பிரமாதமான காபி. ஜேசுதாஸ் ஆனந்தமாக பாடியிருப்பார்.

ஜி.வி.பிரகாஷ் எதிர்பாராத நேரங்களில் 'கிளாசிகல்' ஆச்சரியங் களை தருபவர் என்று எனக்குத் தோன்றும்! அப்படிப்பட்ட ஒரு ஆச்சர்யம்தான் 'உருகுதே.. மருகுதே' என்ற நா.முத்துகுமாரின் பாடல்! ஷங்கர் மகாதேவனும், ஸ்ரேயா கோஷலும் காபியில் உருகியிருப்பார்கள். மறந்து போய் சட்டென நினைவுக்கு வருவது 'பட்டணத்தில் பூதம்' படத்தில் எம்.எஸ்.வி.யின் அசத்தல் பாடல், 'அந்த சிவகாமி மகனிடம் சேதி சொல்லடி..' டி.எம்.எஸ்.ஏகாந்தமாக பாடியிருப்பார்.! காபியின் மகிமையைப்பற்றி எழுதிக்கொண்டே போகலாம். தோண்டத் தோண்ட வரும் பொக்கிஷம் அது!

கொஞ்சம் சாஸ்த்ரிய சங்கீதம் பக்கம் திரும்பினால் இன்னொரு புதையலே இங்கும் காத்திருக்கிறது. வித்வான்கள் இந்த ராகத்தை துக்கடாவாகவும் பாடலாம். மெயின் ராகமாகவும் எடுத்து பாடலாம். அந்த ஆழம் அதிலுள்ளது. நம்முடைய வித்வான்கள் விதூஷிகள் ராகமாலிகையாக பாடுகிற போது காபி நிச்சயம் அதில் இருக்கும். 'குறையொன்றுமில்லை', 'சின்னஞ்சிறு கிளியே', 'ரகுபதி ராகவ ராஜாராம்', 'மைத்ரிம் பஜத..' இப்படி ஹிட் பாடல்கள் எல்லாவற்றிலும் காபியும் உண்டு. புரந்தர தாஸரின் 'ஜகதோ

தாரணா' அழகான காபி தானே. சிலர் பீலு என்றும் சொல்வார்கள். பெரிய வேற்றுமையில்லை.

வானமாமலை ஜியரின் 'ஜானகி ரமண', அம்புஜம் கிருஷ்ணாவின் 'நீ போய் அழைத்துவாடி', தியாகராஜரின் 'இந்தா சௌக்யமனிவே.. ஜெபதா' உள்பட சபாக்களில் கேட்ட, மெய் மறந்த காபிகளை சொல்லி மாளாது!

16. மத்யமாவதி

'தமிழ் சினிமாவில் மத்யமாவதி' என்று சிறிய புத்தகமே போடலாம். கே.வி.மகாதேவன் காலத்திலிருந்து ஏறத்தாழ 70 வருட கோடம்பாக்க இசை வரலாற்றைப் புரட்டினால், இந்த ராக பாடல்கள் கொட்டிக் கிடக்கின்றன. ஒவ்வொன்றும் ஒவ்வொரு விதத்தில் அழகு. தமிழ் மட்டுமல்ல, தெலுங்கிலும் எக்கச்சக்கமாக உள்ளன.

'எட்டு பாட்டு கேட்டால், அதில் ஒன்று மத்யமாவதியாக இருக்கும்' என்று என் நெல்லூர் நண்பர் ஒருவர் ஜாலியாக சொல்வார். அது வெறும் ஜோக் அல்ல... நிறைய உண்மை உண்டு. தவிர மலையாளம், கன்னடம் ஆகிய மொழிகளிலும் இந்த ராக சாயல்களில் பாட்டுகள் வந்துகொண்டே இருக்கின்றன. நான் கேட்ட வரை இந்தியில் அவ்வளவு இல்லை!

மத்யமாவதி மங்கலகரமான ராகம் என்பதால், கொண்டாட்டங்கள் மற்றும் சுபகாரியங்களில் இதை அதிகம் கேட்க முடியும்! கச்சேரிகளில் இறுதியாக இந்த ராகத்தில் பாட்டு பாடியோ அல்லது ராகத்தை இரண்டு நிமிடம் இழுத்தோ முடிப்பது, நெடுநாளைய சம்பிரதாயம். அதாவது, இசை நிகழ்ச்சியின்போது 'ஏதாவது குற்றம் குறை இருந்தால் பொறுத்தருள வேண்டும்' என்று கேட்பதாக இதற்கு ஐதீகம். மத்யமாவதி எல்லா தவறுகளையும் கழுவிவிட்டு, மங்கலத்தை தரும் என்பது நம்பிக்கை. தெலுங்கு வித்வான்கள் 'சுருட்டி' பாடி முடிப்பதையும் கவனித்துள்ளேன்.

கரகரப்ரியாவின் ஜன்ய ராகமான மத்யமாவதிக்கு ஆரோகணம், அவரோகணம் இரண்டிலும் ஐந்து ஸ்வரங்கள். இந்த ராகத்துக்கு மிக நெருக்கமானவை ஸ்ரீயும், பிருந்தாவன சாரங்காவும். ஏறத்தாழ ஒரே ஜாடையில் பிறந்த மூன்று குழந்தைகள். எனவே, சினிமாக்காரர்கள் பெரும்பாலும் அவியல் ஆக்கிவிடுவார்கள். பிருந்தாவன

சாரங்காவில் துவங்கி, ஸ்ரீயில் பயணம் செய்து, அப்படியே மத்யமாவதிக்குத் தாவி முடித்துவிடும் பாடல்கள் ஏராளம்!

'நாதுபை பலிகேரு நருலு ஸ்ரீராமா...' என்ற தியாகராஜரின் கீர்த்தனையை, எம்.எல்.வசந்தகுமாரி பாடுவார். ரொம்ப அற்புதமான கீர்த்தனை. 'ராம கதா சுதா', 'அதிகி சுகமு' என்று தியாகராஜர் நிறைய கிருதிகளை தந்துள்ளார். இதில் 'ராம கதா சுதா'வை செம்மங்குடி பாடி கேட்டுள்ளேன். வயதான காலத்தில் அவருக்கு குரல் கட்டுப்படாதபோதும், அவ்வளவு பாவபூர்வமாகப் பாடுவார்! அவர் பாடி, பாலமுரளி கிருஷ்ணா வயலின் வாசித்த கச்சேரி உண்டு.

முத்துசுவாமி தீட்சிதரின் 'தர்மசம்வர்த்தினி', சியாமா சாஸ்திரியின் 'பாலிஞ்சு காமாக்ஷி', பாபநாசம் சிவனின் 'கற்பகமே கடைக்கண் பாராய்' போன்றவை இந்த ராகத்தில் சர்க்கரை பொங்கல் போல தித்திக்கும் கீர்த்தனைகள். அம்பாள் தர்மசம்வர்த்தினி வீற்றிருப்பது திருவையாறில். அங்கு சிவன், அய்யாரப்பன் என்கிற பஞ்சநதீஸ்வரர்.

'அதிவோ அல் அதிவோ... ஸ்ரீ ஹரிவாசவு' என்ற அன்னமாச்சாரியரின் அற்புதமான கீர்த்தனை. திருப்பதியில் அதிகாலை நேரத்தில், எங்கோ ஒரு மூலையில் கேட்கும்போது மனது பரவசப்படும். மந்த்ராலயத்தில்கூட அடிக்கடி கேட்க முடியும்! ஏனோ, கச்சேரி மேடைகளில் இதைப் பாடி, நான் கேட்டதில்லை!

ஆந்திராவின் பல பக்தி பாடகர்கள் எஸ்.பி.பி உள்பட பாடியுள்ளனர். என்றாலும், நித்ய சந்தோஷி என்ற பாடகி பாடியுள்ளதை கேட்டுப் பாருங்கள்! புரந்தரதாஸரின் 'பாக்யத லக்ஷ்மி பாரம்மா' இந்த ராகத்தில் அமைந்த மற்றொரு லட்டு கீர்த்தனை! 'மஜ்ஜிகே ஒலகின பெண்ணையன்டே...' என்பார் ஓரிடத்தில் தாஸர். 'மோரை கடையும்போது வெண்ணெய் திரண்டு வருவது போல் என்னிடம் வாம்மா...' என்று லக்ஷ்மியை அழைக்கிறார்.

இப்படி பாடல் நெடுக கவித்துவமான வரிகள். இப்பாடலை இரண்டு பேர் சாக்ஸபோனில் ஆத்மார்த்தமாக வாசிப்பார்கள். முதலாமவர் கத்ரி கோபால்நாத்... அடுத்தது ஷிமோகா குமாரசுவாமி. சென்னை மயிலாப்பூரில் வசிக்கும் குமாரசுவாமி, கச்சேரியில் உட்கார்ந்த அரைமணியில் 'பாக்யத லக்ஷ்மி'க்கு சீட்டு வந்துவிடுமாம்!

இவரது குட்டி மகனும் சாக்ஸபோன் மழலை மேதையுமான பிரவீன்பண்டிட், தந்தை வழியில் கச்சேரிகளில் லக்ஷ்மியை அழைக்கத்

தவறுவதில்லை! சங்கீத மேதை டி.வி.கோபாலகிருஷ்ணன், பையனை பெரிய அளவில் உருவாக்கி வருகிறார்.

சபரிமலையில் தினமும் நடை சாத்தப்படும்போது பாடும் 'ஹரிவராசனம்' மத்யமாவதியின் நெற்றியில் பொட்டு வைத்தது போன்றதொரு பாவபூர்வமான பாடல். கே.ஜே.ஜேசுதாஸையும் அந்தப் பாடலையும் பிரித்துப் பார்க்க முடியாத பொக்கிஷம்.

முழு ராமாயண கதையையும் சொல்லும் சுவாதி திருநாளின் ராகமாலிகை 'பாவயாமி ரகுராமம்' கீர்த்தனையில் ஆறாவது சரணமாக வரும் 'கலிதவர சேதுபந்தம்'... எத்தனை முறை கேட்டாலும் அலுக்காத மத்யமாவதி. அதுவும், இறுதியில் 'விலசித பட்டாபிஷேகம்' என்று எம்.எஸ்.சுப்புலட்சுமி மேல்பஞ்சமத்துக்கு ஏகாந்தமாகச் சென்று நிறுத்தும்போது, 'இதற்குமேல் இவ்வுலகில் என்ன சுகம் உள்ளது' என எண்ணியதுண்டு.

தமிழ் சினிமாவில் வந்த நெஞ்சை அள்ளும் சில மத்யமாவதிகளை தொட்டுவிட்டு முடிக்கலாம். கே.வி.மகாதேவனின் 'திருமால் பெருமைக்கு நிகரேது...' (பல்லவி மட்டும்), 'எங்கிருந்தோ வந்தான், இடைச்சாதி நான் என்றான்...', எம்எஸ்.வியின் 'முத்துக்களோ கண்கள்', 'சந்தனத்தில் நல்ல வாசமெடுத்து', 'பச்சைக்கிளி முத்துச்சரம்'...

இளையராஜாவின் 'அடிப் பெண்ணே', 'ஆகாய கங்கை', 'சோலைக் குயிலே', 'தாழம்பூவே.. வாசம் வீசு', 'துள்ளி துள்ளி நீ பாடம்மா', 'அழகான மஞ்சள் புறா', 'நீதானே என் பொன் வசந்தம்' என்று இந்தப் பட்டியல் மளிகை சீட்டு போல் நீள்கிறது. சொல்லப் போனால், 'சகலகலா வல்லவன்' படத்தின் கிளுகிளுப்பான 'நிலா காயுதே'யும், 'மூன்றாம் பிறை'யின் 'பொன்மேனி உருகுதே'யும்கூட இதே ராகம்தான்! 'துள்ளி துள்ளி' என மத்யமாவதியை உருக்கித் தந்தவர்தான், 'Seduction' வகை பாடல்களுக்கும் இந்த ராகத்தை ரொம்ப அழகாக கையாண்டிருப்பது, ராஜா போன்ற கெட்டிக்காரர்களால் முடிந்தது!

சீர்காழி கோவிந்தராஜனின் அற்புதங்களில் ஒன்றான 'எங்கிருந்தோ வந்தான்' பாடலை, வேறொருவர் குரலில் நினைத்துக்கூட பார்க்க முடியவில்லை. அப்புறம் 'முத்துக்களோ கண்கள்'! ஒரு தியாகராஜர் கீர்த்தனையைப் போல், அவ்வளவு உயர்வாக அந்தப் பாடலை அமைத்திருப்பார் எம்.எஸ்.வி. அதற்கு கண்ணதாசன் வரிகள் உயிர் தந்திருக்கும்! 'சந்தித்த வேளையில் சிந்திக்கவேயில்லை... தந்துவிட்டேன் என்னை!'

இந்த ராகத்தில் தேவாவின் பல பாடல்கள், பண்ருட்டி பலாச்சுளை போல் இனிப்பானவை. 'மாமர குயிலே', 'அத்திப்பழம் சிவப்பா...' என்று அவை வரிசை கட்டி நின்றாலும், எதிர்பாராத விதமாக காதலியைப் பார்த்த காதலனைப் போல் என்னை மெய்மறந்து ரசிக்க வைத்தது. 'ஆடியிலே சேதி சொல்லி, ஆவணியில் தேதி வெச்சு, சேதி சொன்ன மன்னவருதான்!' ரம்யமான வயல்காட்டில் ரேவதி, விஜயகாந்த்தை நினைத்து, ஒய்யாரமாக ஆடிப் பாடியது... எப்பேர்ப்பட்ட கிராமத்து மத்யமாவதி!

ஒவ்வொரு வரியிலும் தேவா லயித்திருப்பார். இல்லாவிட்டால், அப்படியொரு கம்போசிஷன் கொண்டு வரமுடியாது. கேப்டன் மனைவி பிரேமலதாவுக்குப் பிடித்த பாடல். தே.மு.தி.க கூட்டங்கள் எங்கு நடந்தாலும் இதுவும், 'ராசிதான்... கைராசிதான்' பாடலும் நிச்சயம் இருக்கும்! இரண்டுமே சித்ரா,! 'ராசி'யில் எஸ்.பி.பியும் சேர்ந்திருப்பார்.

'முறை மாமன்' படத்தில் 'ஆனந்தம், ஆனந்தம்' என்று உன்னிகிருஷ்ணனும் சுஜாதா மோகனும் பாடுவது, வித்யாசாகரின் அசத்தல்... திடீரென நடுவில் மனோரமாவை இரண்டு வரிகள் பாடவைத்திருப்பார். பிரமாதமாக இருக்கும்! 'ஸ்டார்' படத்தில் 'தோம்... கருவில் இருந்தோம்', 'உயிரே'வில் சூப்பர் ஹிட்டான 'தைய தைய தைய்யா' உள்பட ஏ.ஆர்.ரஹ்மானும் சில நல்ல பாடல்களை தந்துள்ளார். அவற்றில் புதுமை இருக்கும். ஆனால், மத்யமாவதியின் சுகம் கம்மி.

ஹாரிஸ் ஜெயராஜ், யுவன்சங்கர் ராஜா, சிற்பி உள்பட இன்னும் சிலரும் திரும்பக் கேட்க வைக்கும் மெலடிகளைத் தந்துள்ளதையும் மறுக்க முடியாது.

இசை என்பது பிரமாண்ட சாகரம். அதில் கரையோரமாக நின்று, சற்று காலை நனைத்து, அந்த சிலிர்ப்பை உங்களோடு பகிர்ந்து கொண்டேன்! இன்னும் எழுத எத்தனையோ ராகங்கள் இருக்கின்றன. இப்போதைக்கு இடைவேளை... நேரம் வரும்போது தொடரலாம்! எனக்கு இடம் அளித்து, தொடர்ந்து ஊக்கமளித்து, முதுகில் தட்டிக் கொடுத்த 'விகடகவி' ஆசிரியர் குழுவுக்கு என் மனப்பூர்வமான நன்றி. பவமான... நித்ய ஜெய மங்களம்!